Chính luận - 2019

Nguyen Dac Kien

Published by Nguyen Dac Kien, 2019.

While every precaution has been taken in the preparation of this book, the publisher assumes no responsibility for errors or omissions, or for damages resulting from the use of the information contained herein.

CHÍNH LUẬN - 2019

First edition. June 23, 2019.

ISBN: 979-8223060390

Written by Nguyen Dac Kien.

CHÍNH LUẬN
2019

Mục lục

Thói vô cảm của kẻ có học

***

Nói đến đặc quyền đặc lợi, người ta nghĩ ngay đến giới lãnh đạo chóp bu hay những ông trùm tư bản, nhưng triết gia người Mỹ Noam Chomsky thì khác.

Chomsky cho rằng, bất cứ ai được học hành tử tế trong xã hội, gọi là tầng lớp có học, đều đã được hưởng đặc quyền đặc lợi, và nếu ta có nhiều đặc quyền đặc lợi hơn người khác thì ta phải có trách nhiệm hơn.

Nhưng Chomsky cũng biết rằng, đó chỉ là ý kiến của cá nhân ông, vì mặt khác, ông cũng phải thừa nhận, thái độ vô cảm, dửng dưng "là thái độ hay thấy ở hầu hết những người có học. Quảng đại quần chúng không như vậy".

Lý giải của Chomsky về hiện tượng này, không khác mấy với quan điểm của triết gia Pháp A.Tocqueville, hơn 170 năm trước, về tầng lớp trung lưu, số đông thuộc lớp người có học trong các xã hội hiện nay.

Tocqueville cho rằng, tầng lớp trung lưu có những căn cớ tự nhiên để thờ ơ với bạo quyền cai trị. Họ đủ xa những kẻ quyền thế để ít bị kích động bởi tham vọng quyền lực, không đủ gần lớp người nghèo khổ để có thể thấu hiểu sự khốn cùng, họ lại nhận được những đặc quyền vừa đủ để duy trì cuộc sống yên bình, vì thế họ đủ điều kiện để thờ ơ với bất công một cách có lý.

Đó có lẽ cũng là quan điểm của Trương Duy Vi – tác giả của *Làn sóng Trung Quốc*, ông cho rằng, sự tăng tiến về kinh tế của Trung Quốc những năm qua đã làm nên một tầng lớp trung lưu đủ lớn để duy trì một xã hội ổn định, và vì thế củng cố chắc chắn thể chế chính trị hiện tại của Trung Quốc.

Quan điểm của Trương Duy Vi, ít nhiều tương đồng với kiến giải của Bùi Mẫn Hân về lý do sống sót của đảng Cộng sản Trung Hoa. Bùi Mẫn Hân cho rằng, "đảng này vẫn còn tồn tại trong hai thập kỷ vừa qua là ngoài tưởng tượng nếu không có hai yếu tố then chốt là thành tích kinh tế và đàn áp chính trị".

Theo ký giả David Barsamian trong cuộc phỏng vấn Chomsky, đến năm 2004, chương trình phát thanh của ông ở Mỹ vẫn bị cấm phát bài thơ *Hú* của Allen Ginsberg. Nhà thơ Hoàng Hưng thì không thể nào xuất bản cuốn *Thơ Allen Ginsberg* ở Việt Nam, dù ông đã xin được bản quyền của tác giả. Hoàng Hưng đặt câu hỏi "Tại sao?". Tại sao Allen Ginsberg, người từng công khai viết "thời trẻ tôi từng là người Cộng sản và tôi tự hào về điều đó", người từng lên án nhà nước cảnh sát quân phiệt Mỹ, từng ngồi lên đường ray tàu hỏa để chống bom hạt nhân, từng đi đầu trong những cuộc biểu tình chống chiến tranh Việt Nam và vào tù vì thế lại bị người ta ngăn xuất bản thơ ở Việt Nam?

Có một cách trả lời, đó là kẻ cai trị dù ở chế độ nào thì đều có cùng một dã tâm, dung dưỡng thói vô cảm của nhân dân, cho đến khi như Tocqueville mô tả "toàn bộ dân tộc chỉ còn lại là một đàn súc vật nhút nhát và cần cù mà chính quyền là kẻ chăn dắt".

Nhưng sự thể lại chẳng bao giờ tồi tệ đến thế.

Dương Kế Thằng – nhà báo và biên tập viên của *Tân Hoa xã*, đã dành hơn hai chục năm để thu thập dữ kiện làm nên một bản báo cáo đầy đủ, có sức thuyết phục mạnh mẽ về tính vô nhân đạo đến cùng cực của chính quyền Mao Trạch Đông, đã gây nên nạn đói năm 1958-1962. Nạn đói đã cướp đi sinh mạng của 36 triệu người Trung Quốc, tương đương 450 lần số người chết vì bom nguyên tử thả xuống Nagasaki vào ngày 9 tháng 8 năm 1945, gấp 3,6 lần số người chết trong Chiến tranh thế giới thứ Nhất từ 1914 đến 1918.

Tác phẩm của Dương Kế Thằng có tên là *Bia mộ*, với ý nghĩa, ngăn chặn âm mưu tẩy xóa lịch sử của chính quyền, "một tấm bia mộ chính là ký ức được ghi lại cụ thể. Ký ức của con người là cái thang để một đất nước và một dân tộc đi lên; nó chính là tấm biển chỉ đường trong cuộc hành trình của nhân loại".

Từ Hoài Khiêm, 44 tuổi, Tổng biên tập phụ trương *Trái đất* của *Nhân dân Nhật báo* (Trung Quốc) đã nhảy lầu tìm đến cái chết ngày 22 tháng 8 năm 2012. Trước đó ông viết: "Chết là một từ nặng nề, nhưng ở Trung Quốc, trong nhiều trường hợp, không chết thì xã hội không tỉnh dậy mà để ý và chẳng giải quyết vấn đề gì".

Mọi kẻ cai trị đều muốn dung dưỡng cho thói vô cảm, nhưng sự thể chẳng bao giờ đến mức quá tồi tệ, xã hội nào thì vẫn có những Allen Ginsberg, những Từ Hoài Khiêm. Cuối cùng, với những kẻ có học, đã một lần thử đặt câu hỏi về ý nghĩa tồn tại của mình trên cuộc đời, thờ ơ – vô cảm đơn giản là một sự chọn lựa. Bạn có thể chọn nó, không sao cả, không ai buộc tội bạn, con cháu bạn càng không.

Với bản thân mình, tôi, nếu có một lúc nào đó học được thói vô cảm, tôi sẽ tự coi mình là một con quái vật, chỉ biết hưởng thụ cuộc sống dễ dãi hiện tại, bằng cách gặm nhấm xương máu của con cháu tương lai.

Cái khó của vua Tự Đức

***

Gabriel Aubaret, lãnh sự Pháp ở Bangkok tường thuật buổi yết kiến vua Tự Đức năm 1864: "Vua đã trò chuyện với tôi hơn một giờ đồng hồ, và chỉ vì đêm đến nên vua mới chịu chấm dứt cuộc trò chuyện mà xem ra làm ngài rất vui thích. Tôi chờ đợi những câu hỏi tầm thường mà người ta thường đặt ra trong những trường hợp tương tự, nhưng hoàn toàn không phải như vậy, nhà vua đã tỏ ra quan tâm muốn biết về châu Âu và các quốc gia lớn ở châu Âu. Ngài hỏi tôi nước Pháp nhờ đâu mà hùng cường và phồn thịnh. Tôi trả lời là những sinh lực hàng đầu của một dân tộc là quyền tự do cá nhân và những quan hệ tự do giữa các dân tộc nữa. Câu trả lời có vẻ làm nhà vua sửng sốt"[1].

Quan tổng đốc Thân Trọng Huề người được diện kiến dung nhan vua Tự Đức mô tả, nhà vua dáng nho nhã, có phần hơi gầy; hai con mắt tinh mà lành. Nhà vua siêng năng, sáng 5 giờ đã thức dậy, 6 giờ đã ngự triều; buổi tối có khi ngài ban việc đến 9 giờ mới ngự vào nội. Xem các phiến sớ nguyên bản giữ trong Nội các thấy có nhiều tờ phiến nhà vua phê dài hơn của các quan tấu[2]. Nhà vua thích đọc sách, ông được đánh giá là người uyên bác bậc nhất thời đó và là một môn đồ nồng nhiệt đối với Khổng học[3]. Nhưng đời vua Tự Đức, Pháp chiếm 6 tỉnh Nam Kỳ, đặt nền móng căn bản cho chính quyền đô hộ thực dân trên toàn cõi Việt Nam. Đây là điểm để hậu thế kết án vua Tự Đức tội làm mất nước hay cái án khư khư giữ lối cũ không chịu canh tân.

Vua Tự Đức hay chữ, sùng đạo Nho nhưng ông không phải không có tư tưởng canh tân. Trương Bá Cần cho rằng, vua Tự Đức đã chú ý đến các đề nghị cải cách của Nguyễn Trường Tộ lần đầu tiên, do bản Khai hoang từ, là một bản trình bày kế hoạch phát triển đất nước một cách tương đối rõ ràng và dễ thực hiện. Sau đó vua Tự Đức lại đã truyền lệnh thu thập tất cả các văn bản của Nguyễn Trường Tộ đã tấu trình. Trương Bá Cần dẫn một tài liệu lưu trữ tại Viện Sử học Hà Nội ghi rõ một lời phê của vua Tự Đức: "Hợp với Pháp, nước ngoài, âm mưu làm một việc phải không? Việc gì vậy? Khanh hãy sai thuộc hạ thân tín bí mật sao chép lại tất cả những tờ trình, bẩm của tên Tộ gửi cho khanh từ trước đến nay kể cả những thư từ phúc đáp, danh thích qua lại các khoản. Ghi rõ theo thứ tự năm tháng, đóng thành tập trình lên xem để rõ nguyên ủy, để thẩm tra căn cứ, không được sót lược. Nguyên bản các từ, phiến, đều phải giữ cẩn thận tra cứu đầy đủ". Lệnh này được vua truyền cho Trần Tiễn Thành tháng 3 năm 1866[4].

Tự Đức không tin dùng Nguyễn Trường Tộ ngay, nhưng qua việc Nguyễn Trường Tộ lập công lớn giúp Tổng đốc Nghệ An Hoàng Tá Viêm đào Thiết Cảng – một công trình dở dang từ nhiều thế hệ trước, uy tín của Nguyễn Trường Tộ lên cao. Sau đó, theo đề xuất của Viện Cơ mật, ở cuối tờ tấu đề ngày 30 tháng 4 năm Tự Đức 19 (1866), nhà vua đã cử Nguyễn Trường Tộ cùng với Hồ Văn Long đi tìm mỏ từ Nghệ An ra Bắc... Nhưng sau đó vua Tự Đức lại đổi ý, và cho triệu tập Nguyễn Trường Tộ và Giám mục Gauthier vào Huế để giao trách nhiệm đi Pháp thuê mướn thầy thợ về mở trường và mua sắm máy móc, thiết bị, ngoài ra, còn cử một số giáo sĩ có biết ngoại ngữ sang Pháp học 1 năm để giúp dạy ứng dụng. Ngày 10 tháng 1 năm 1867, Nguyễn Trường Tộ cùng với Giám mục Gauthier, linh mục Nguyễn Điều, phó tế Nguyễn Hoằng, Joannes Vị và hai vị quan triều đình là Nguyễn Tăng Doãn và Trần Hiếu Đạo, đáp tàu L'ORNE đi Pháp. Trong thời gian ở Pháp, Nguyễn Trường Tộ gặp gỡ nhiều người, tham quan nhiều chỗ, từ đó ông càng thấy rõ những việc cần phải làm để đem đất nước thoát khỏi cảnh nghèo nàn lạc hậu. Nhưng sự cố tháng 6 năm 1867, người Pháp, ở Nam Kỳ, phản bội Hòa ước 5 tháng 6 năm 1862, đem quân thôn tính ba tỉnh Vĩnh Long, Châu Đốc, Hà Tiên đã khiến triều đình Huế chỉ nghĩ đến việc tìm cách thu hồi đất đai chứ không nghĩ gì đến việc canh tân đất nước nữa. Ngày 29 tháng 2 năm 1868, Nguyễn Trường Tộ và phái đoàn Giám mục Gauthier về đến Huế. Theo thư của Giám mục Gauthier gửi về Pháp thì phái đoàn đã được nhà vua đón tiếp nồng hậu, tất cả đều được thưởng huy chương. Vua thích thú xem những thứ phái đoàn đã mua về. Vua cũng quan tâm đến việc trả lương bổng cho các giáo sư và sẵn sàng chấp thuận cho việc mở trường ở Huế. Nhưng sau đó việc mở trường đã không thành công, mà theo Gauthier dự án mở trường ở Huế không thành là do sự cản trở của Nguyễn Tri Phương và Võ Trọng Bình là hai vị quan có thế lực trong Triều đình[5]. Nhưng theo Trương Bá Cần thì không phải chỉ có Nguyễn Tri Phương hay Võ Trọng Bình, mà có cả một luồng dư luận khá rộng rãi, trong Triều đình cũng như ở các tỉnh, tỏ ra dè dặt, lo sợ trước ảnh hưởng của các giáo sĩ người Pháp.

Về phần Nguyễn Trường Tộ, ông về Nghệ An ở đó 3 năm đến khi mất ngày 22 tháng 11 năm 1871. Trước khi mất, cuối năm 1870 đầu năm 1871, khi được tin Pháp thất trận trong cuộc chiến tranh với Đức và vua Napoléon III bị phế truất (ngày 4 tháng 9 năm 1870), Nguyễn Trường Tộ đã liên tiếp gửi thư cho Triều đình đề nghị nên lập lãnh sự ở Gia Định và sứ quán ở Pháp để nắm tình hình và xin được vào Gia Định tổ chức đánh úp thu hồi lại 6 tỉnh Nam Kỳ. Sau đó ông đã trở lại Huế, nhưng Triều đình bàn đi tính lại mà không đi đến được một quyết định nào, sứ bộ không được cử đi, kế hoạch đánh úp không được thực hiện, ông trở về Nghệ An và mất tại đó khi mới 41 tuổi bỏ lại biết bao toan lo, hoài bão canh tân đất nước[6].

Đặt trong bối cảnh bài đạo ghê gớm trong tầng lớp văn thân, sĩ phu khi đó mới thấy sự trọng dụng Nguyễn Trường Tộ – một người theo đạo, của vua Tự Đức phải xuất phát từ một ý chí canh tân không nhỏ. Tại kỳ thi năm 1864, tin về hòa ước ô nhục năm 1862 bị lộ, các sĩ tử đã yêu cầu Tự Đức giết hết các giáo dân, người Âu Tây và dọa sẽ tẩy chay các kỳ thi[7]. Riêng trong năm 1868, từ ngày 13 tháng 4 đến ngày 17 tháng 5 năm 1868, học trò huyện Thanh Xuyên – Nghệ An đã đốt phá đến ba mươi làng theo đạo Thiên Chúa[8].

Trong xã hội phong kiến "vua tuy có quyền lớn thật, nhưng không được làm điều gì trái phép thường. Khi vua có làm điều gì lầm lỗi, thì các quan Giám sát ngự sử phải tâu bày mà can ngăn vua. Trừ những ông vua bạo ngược không kể, thường là vua phải nghe lời can ngăn của các quan"[9]. Mô tả sau đây của Paul Philastre trong văn bản gửi thống đốc Nam Kỳ, năm 1878 có thể lý giải phần nào tình thế khó khăn của nhà vua: "Đất nước này hết sức nghèo nàn, chính phủ bị ràng buộc trong tất cả mọi hoài bão có thể có và trong tất cả mọi ý muốn cải cách, bởi những sợi dây không thể cắt đứt mà không làm đổ vỡ hết đồng loạt. Triều đình còn bị kìm hãm bởi những điều mê tín của một xã hội đã được cấu tạo rất chặt chẽ; đối với kẻ cầm đầu, mê tín đó là những cái cớ viện dẫn để bảo vệ những quyền lợi đã có, đối với tất cả mọi người thì đó là khí giới phòng thủ chống lại mọi thay đổi. Mỗi người đều biết mình có lợi gì khi thay đổi, nhưng lại chú ý nhiều nhất đến những gì sẽ mất và đều không muốn bắt đầu từ đấy"[10].

Người ta có thể đặt ra giả thiết rằng nếu vua Tự Đức có thêm tính quyết đoán để đưa ra những quyết định cứng rắn, kiên định lập trường, vượt qua những tiếng nói gièm pha của quần thần thì biết đâu Việt Nam đã có thể làm một cuộc Minh Trị duy tân như Nhật Bản. Nhưng Trương Bá Cần cho rằng: "Công cuộc duy tân của nước Nhật rõ ràng không phải là sáng kiến của Minh Trị Thiên Hoàng, một ông vua mới 15, 16 tuổi. Cũng không do một Nguyễn Trường Tộ mà do rất nhiều Nguyễn Trường Tộ"[11]. Trương Bá Cần lấy dẫn chứng, từ thế kỷ 15, 16 người Nhật đã tiếp xúc với người Tây phương. Đến thế kỷ 17, Mạc Phủ cho lệnh đóng cửa, không giao thiệp với bên ngoài, tuy nhiên trong thời gian đó, sách vở Tây phương vẫn lén lút đưa vào và dịch ra tiếng Nhật. Nhiều người Nhật vẫn tìm cách học tiếng Pháp, Anh, Đức. Chính Tướng quân và các lãnh chúa vẫn âm thầm cho sinh viên trốn sang châu Âu học tập. Chính Tướng quân và các lãnh chúa vẫn có những cơ sở làm ăn với người nước ngoài. Thiên Hoàng, lúc đó là Mục Nhân, lên ngôi ngày 3 tháng 2 năm 1868 lấy hiệu là Minh Trị mới 15 tuổi. Ngày 6 tháng 4 năm 1868, Thiên Hoàng cùng với quần thần văn võ làm lễ tuyên thệ duy tân, mở rộng dân chủ; lập chế độ đại nghị, ban hành quyền bình đẳng trong nhân dân; mở rộng cửa bang giao; canh tân và phát triển đất nước. Khi đó, ở Nhật đã có tất cả 138 tàu theo kiểu Tây phương, hoặc tự đóng lấy hoặc mua bên ngoài đem về; từ năm 1857, Tướng quân đã có nhà máy luyện kim do người Hà Lan điều khiển. Nhật Bản trước lúc cải cách canh tân có một chế độ chính trị và xã hội hoàn toàn khác[12]. Tự Đức không có được lực lượng này, những kiến nghị canh tân của Nguyễn Trường Tộ, Đinh Văn Điền, Nguyễn Hiệp...[13] kể cả của Phan Thanh Giản chỉ là tiếng nói yếu ớt trong một luồng dư luận thủ cựu to lớn khi đó. Nhật Bản khi cải cách cũng đã có một tầng lớp tư bản dân tộc khá mạnh do công cuộc làm ăn của các Tướng quân[14]. Khác với Việt Nam khi đó phần lớn thương mại nằm trong tay người Hoa và Hoa kiều. Thế kỷ 17-18, xứ Đàng Trong của chúa Nguyễn đã có hệ thống thuế và tiền tệ ổn định, có hệ thống thương mại nối kết với hoạt động các quốc gia láng giềng, kể cả Tây Âu. Nhưng tất cả đã dừng lại kể từ khi vua Gia Long thống nhất đất nước và quyết định áp dụng một chế độ cai trị theo truyền thống Nho giáo[15]. Một điểm quan trọng nữa là do những chính sách cấm đoán của nhà nước phong kiến, các hoạt động thương mại của Việt Nam với nước ngoài ở thế kỷ 17-18 chủ yếu rơi vào tay người Hoa và Hoa kiều, nên khi các hoạt động này chấm dứt, người Hoa rút đi, Việt Nam không giữ được giá trị hội nhập cho riêng mình[16].

Yoshiharu Tsuboi cho rằng: "Mối quan hệ ràng buộc của các cộng đồng xã thôn với triều đình và nhà nước, ở mọi cấp bậc – văn hóa, chính trị hay xã hội – đều thông qua hàng quan lại và tầng lớp văn thân"[17]. Tầng lớp quan lại và giới văn thân giữ một vai trò then chốt trong sự phối trí giữa Nhà nước tức triều đình với xã hội tức xã thôn. Mọi dự định và đề án cải cách dù từ phía nhà vua thì đều có thể thất bại nếu không có sự ủng hộ của tầng lớp này. Y.Tsuboi cho rằng, Paul Philastre đã có cái nhìn rất sáng suốt: "Trước cả đám quần thần vây quanh ngôi vua, chính trong giai cấp trung lưu của hàng ngàn quan lại nhỏ, hào phú, tức những kẻ tạo ra ý nguyện quốc gia, mà người ta gặp những trở ngại, bề ngoài thì vô nghĩa mà thực tế mạnh mẽ nhất, chống lại mọi cuộc canh tân hay mọi cố gắng đổi thay.

Giai cấp này sẽ dễ dàng hy sinh tất cả những gì ở trên cao hơn nó, song không phải vì khinh chê những lạm dụng của thượng tầng chính quyền và các cấp cai trị vi phạm, mà để cho chính mình được thay thế làm những điều thiếu trách vụ đó"[18].

Câu chuyện canh tân của 150 năm trước tiếc thay đến giờ vẫn còn thời sự. Những cơ hội canh tân vẫn lơ lửng đâu đó, và cũng thật tiếc, vẫn nằm ở thì tương lai.

[1] Yoshiharu Tsuboi, Nước Đại Nam đối diện với Pháp và Trung Hoa, NXB Tri Thức, năm 2011, tr.223.

[2] Trần Trọng Kim, Việt Nam Sử lược, NXB Thời đại, năm 2010, tr.523.

[3] Yoshiharu Tsuboi, sđd, tr.224.

[4] Trương Bá Cần, Nguyễn Trường Tộ (1830-1871) – Tập I: Con người, Trung tâm Nghiên cứu Hán Nôm, năm 1991, tr.35.

[5] Trương Bá Cần, sđd, tr.47-58.

[6] Trương Bá Cần, sđd, tr.59-67.

[7] Yoshiharu Tsuboi, sđd, tr.286.

[8] Nguyễn Thế Anh, Kinh tế và xã hội Việt Nam dưới các vua triều Nguyễn, NXB Văn học, năm 2008, tr. 267.

[9] Trần Trọng Kim, sđd, tr.531.

[10] Yoshiharu Tsuboi, sđd, tr.143.

[11] Trương Bá Cần, sđd, tr.116.

[12] Trương Bá Cần, sđd, tr.115-116.

[13] Nguyễn Thế Anh, sđd, tr. 268-285.

[14] Trương Bá Cần, sđd, tr.116.

[15] Li Tana, Xứ Đàng trong, lịch sử Kinh tế – Xã hội Việt Nam thế kỉ 17 và 18, NXB Trẻ, năm 1999.

[16] Yoshiharu Tsuboi, sđd, chương III.

[17] Yoshiharu Tsuboi, sđd, tr.381.

[18] Yoshiharu Tsuboi, sđd, tr.341.

Quyền nhân dân tối thượng

***

Alexis de Tocqueville nhận xét: "Nếu như có một quốc gia duy nhất nào trên thế giới ở đó ta có thể hy vọng đánh giá đúng giá trị của tín điều nguyên lý nhân dân tối thượng, nghiên cứu nó ngay trong sự vận dụng vào mọi công việc của xã hội và thấy hết các thuận lợi cũng như hiểm nguy nó gây ra, chắc chắn cái quốc gia đó phải là nước Mỹ"[1].

Tocqueville mô tả tiếp: "Ở Hoa Kỳ hầu như ta chẳng bắt gặp một con người cá nhân nào dám tìm ra một nguyên lý khác hoặc tỏ ý muốn đi tìm một nguyên lý khác ở nơi khác thay vào. Nhân dân tham gia vào việc soạn thảo các bộ luật thông qua việc lựa chọn các nhà làm luật, nhân dân áp dụng các bộ luật đó thông qua việc bầu ra những người trong bộ máy hành pháp. Ta có thể nói là nhân dân tự cai trị mình, phần dành cho công việc cai quản càng yếu và hạn hẹp thì nền hành pháp này càng cảm thấy nó từ nhân dân mà ra và tuân phục cái sức mạnh đã làm toát ra nó. Nhân dân ngự trị lên trên quyền lực chính trị nước Mỹ như Chúa Trời ngự trị lên vũ trụ. Nhân dân là nguyên nhân và là mục đích của mọi điều. Tất cả đều từ nhân dân mà ra và tất cả đều được tích tụ vào nhân dân"[2].

Đó có lẽ là tất cả những gì người ta có thể mường tượng về một chính thể mà nguyên lý nhân dân tối thượng được thực thi hữu hiệu. Ở Việt Nam, một tín điều tương tự đã được xác nhận và phổ biến trong bản Hiến pháp được Quốc hội nước

Việt Nam Dân chủ Cộng hòa thông qua ngày 9 tháng 11 năm 1946. Điều thứ 1, Hiến pháp năm 1946 viết: "Nước Việt Nam là một nước dân chủ cộng hòa. Tất cả quyền bính trong nước là của toàn thể nhân dân Việt Nam, không phân biệt nòi giống, gái trai, giàu nghèo, giai cấp, tôn giáo".

Tín điều tất cả quyền lực thuộc về nhân dân sau đó đã được giữ nguyên qua ba lần sửa đổi Hiến pháp vào các năm 1959, 1980, 1992, nhưng ở Việt Nam hiện nay người ta khó có thể tìm thấy những điều mà Alexis de Tocqueville đã mô tả ở trên.

Tại sao lại có sự khác biệt này?

Ngày nay, quyền nhân dân tối thượng đã là một nhận thức phổ biến trên toàn nhân loại, nhưng ở thời của Tocqueville và lùi xa hơn chút nữa, vào thời của các triết gia Khai sáng ở châu Âu, tín điều này vẫn là một quan điểm cần phải bảo vệ.

John Locke đi tìm nguồn gốc quyền lực chính trị tối cao này từ trạng thái tự do hoàn hảo. Theo Locke, trạng thái tự do hoàn hảo cũng là trạng thái bình đẳng tuyệt đối, khi mà con người chỉ sống trong sự cai quản của luật tự nhiên. Luật tự nhiên quy định, mỗi người sống trong trạng thái tự nhiên, có ý chí, ham muốn riêng, hoàn toàn bình đẳng và độc lập với nhau và không ai được phép làm tổn hại đến sinh mạng, sức khỏe, tự do hay tài sản của người khác. Luật tự nhiên mang ý chí hòa bình và bảo toàn cho toàn bộ loài người. Việc thực thi luật tự nhiên, trong trạng thái này, được đặt vào tay của mỗi người. Mỗi người đều có quyền trừng phạt những kẻ xâm phạm đến luật của nó. Nếu một người bất kỳ, trong trạng thái tự nhiên, có thể trừng phạt người khác vì bất kỳ điều xấu nào mà người này gây ra, thì mỗi người còn lại cũng đều có thể làm như thế. Vì thế, trong trạng thái tự nhiên, người này có được quyền lực đối với người kia, nhưng không phải là quyền lực tuyệt đối hay quyền lực độc đoán để xử sự như với một tội phạm – đã nắm trong tay- bằng sự cáu giận và sự cực đoan vô độ từ ý chí riêng mình. Một sự đáp trả nếu có sẽ chỉ trong phạm vi sự bình tĩnh của lý trí và mệnh lệnh lương tâm, tương xứng với vi phạm của anh ta, ở chừng mực mà nó phục vụ cho việc bồi thường và kiềm chế thiệt hại[3].

Vậy tại sao con người duy trì mãi trạng thái tự nhiên lý tưởng này? Locke cho rằng, "dù trong trạng thái tự nhiên anh ta có một quyền như vậy, nhưng việc thụ hưởng nó rất không chắc chắn và luôn trong tình thế bị xâm lấn từ người khác"[4]. Còn J.J. Rousseau đã chỉ ra một nan đề mạnh mẽ hơn. Quyền tự nhiên tối cao của con người là quyền bảo toàn sự sống, nhưng anh sẽ nhận bồi thường như thế nào, nếu anh bị chết khi chiến đấu để bảo vệ sự sống của mình?[5].

Con người đi vào trạng thái xã hội, để tìm kiếm một sự đảm bảo tốt hơn cho quyền sở hữu và sự an toàn của mình. Bằng cách trao lại quyền tự nhiên của mình cho xã hội thông qua một bản khế ước được đồng thuận chung, mỗi người trong trạng thái xã hội sẽ không phải tự mình thực thi tất cả các quyền tài phán để tự bảo vệ mình. Mỗi người trong trạng thái xã hội sẽ được bảo vệ bằng sức mạnh tài phán của toàn bộ xã hội nơi bản khế ước có hiệu lực.

Theo Locke mục đích cao quý và chủ yếu trong việc hợp nhất của con người thành cộng đồng quốc gia và đặt chính họ dưới một chính quyền là sự bảo toàn đối với sở hữu của họ. Đây là điều mà trong trạng thái tự nhiên còn thiếu vắng. *Thứ nhất,* ở đó thiếu vắng luật pháp được thiết định, ổn định và được biết đến, được tiếp nhận và được cho phép từ sự chấp thuận chung, xem nó là chuẩn mực đúng sai và là công cụ chung để giải quyết mọi tranh chấp. *Thứ hai,* trạng thái tự nhiên thiếu người quan tòa được mọi người biết đến và có tính trung lập, có thẩm quyền để quyết định mọi dị biệt theo pháp luật đã được thiết lập. *Thứ ba,* trong trạng thái tự nhiên thường thiếu quyền lực để hậu thuẫn, ủng hộ cho bản án đúng đắn và đem lại cho nó sự thực thi chính đáng[6].

Nhưng con người chỉ bước vào xã hội chính trị bằng một sự đồng thuận của chính anh ta. Locke giải thích về sự khởi đầu của xã hội chính trị: "Cách duy nhất mà theo đó một người tước bỏ của chính mình quyền tự do tự nhiên và gắn bó với những ràng buộc của xã hội dân sự là bằng sự đồng thuận với những người khác để cùng liên kết và hợp nhất trong cộng đồng, vì cuộc sống tiện lợi, an toàn và thanh bình giữa họ với nhau, trong sự thụ hưởng một cách bảo đảm đối với sở hữu của họ và một sự an ninh lớn hơn trước đây – trong trạng thái tự nhiên – để chống lại bất cứ thứ gì không thuộc về điều đó"[7].

Nhưng khi nhận được quyền lực tự nhiên từ mỗi thành viên xã hội thông qua bản khế ước được đồng thuận thì xã hội chính trị cũng nhận luôn hạn chế của quyền lực tự nhiên này. Như đã nói ở trên, giới hạn của quyền lực tự nhiên của mỗi người là không thể đặt một quyền lực tuyệt đối, độc đoán lên thành viên khác. Vì vậy, quyền lực cộng đồng xã hội cũng không được vi phạm điều này. Mọi quyền lực độc đoán, chuyên chế được áp đặt lên bất kỳ thành viên nào trong cộng đồng xã hội vì thế đều vi phạm luật tự nhiên và phá vỡ đồng thuận chung đã ký kết. Như thế, mọi quyền lực độc đoán, chuyên chế đều là phi đạo đức và có xu hướng bị bãi bỏ.

Chính Locke cũng đã gặp phải nan đề, mọi người đều sinh ra dưới một chính quyền, không chính quyền này thì chính quyền khác, nên không thể có bất kỳ ai trong số họ từng tự do và tự tiện hợp nhất lại với nhau để khởi sinh một chính quyền mới, hoặc từng tự do để dựng lên một chính quyền hợp pháp[8].

Quyền hủy bỏ bản khế ước xã hội đã vi phạm quyền tự do của thành viên trong cộng đồng đang tồn tại, vì thế lại là quyền tối cao. Locke lý luận: "Cộng đồng vĩnh viễn lưu giữ một quyền lực tối cao để cứu lấy chính mình trước những cố gắng hay mưu đồ của bất kỳ ai – cho dù là các nhà lập pháp của họ, vào bất kỳ lúc nào – khi mà những người này trở nên quá ngu xuẩn hay quá độc ác, như việc sắp đặt và thực hiện những kế hoạch chống lại các quyền tự do và sở hữu của nhân dân"[9].

Vì vậy, việc ban hành hay sửa hiến pháp – bản khế ước tối cao là việc trọng đại của một cộng đồng xã hội. Đây là cơ hội để quốc dân, đồng bào cùng thảo luận và thực thi trách nhiệm chính trị của mình đối với bản khế ước tối cao, mà hoặc là nó sẽ giải phóng, hoặc nó là sẽ giam cầm bản thân họ, cộng đồng họ đang sống và các thế hệ con cháu tương lai của họ.

(*) Bài đã được đăng trên trang Cùng Viết Hiến Pháp dưới tựa đề: "Tại sao phải quan tâm đến việc sửa Hiến pháp?"

[1] Alexis de Tocqueville, Nền dân trị Mỹ, NXB Tri Thức, năm 2012, tr.111

[2] Alexis de Tocqueville, sđd, tr.113

[3] John Locke, Khảo luận thứ hai về chính quyền, NXB Tri Thức, năm 2007, chương II

[4] John Locke, sđd, tr.173

[5] Jean Jacques Rousseau, Bàn về khế ước xã hội, NXB TP.HCM, năm 1992, tr. 100

[6] John Locke, sđd, tr.174 – 175

[7] John Locke, sđd, tr.137

[8] John Locke, sđd, tr.161

[9] John Locke, sđd, tr.204

Hai thực tiễn của quyền nhân dân tối thượng

***

Hiến pháp năm 1946 của Việt Nam, hiến pháp được cho là thể hiện đầy đủ nhất quyền cơ bản của nhân dân so với các bản hiến pháp sau đó, lại là một hiến pháp yếu nếu xét về phương diện thực thi quyền lực nhân dân và ngăn ngừa sự tiếm quyền[1].

Ở cấp trung ương, hiến pháp trao cho Nghị viện nhân dân (Quốc hội) nhiệm vụ giải quyết mọi vấn đề chung của quốc gia, đặt ra các pháp luật, biểu quyết ngân sách, chuẩn y các hiệp ước mà Chính phủ ký với nước ngoài.

Nghị viên không chỉ thay mặt cho địa phương mình mà còn thay mặt cho toàn thể nhân dân. Nghị viện nhân dân có quyền bỏ phiếu bầu Chủ tịch nước, bầu Thủ tướng và các Bộ trưởng.

Một vai trò tương tự được trao cho Hội đồng nhân dân ở cấp địa phương[2].

Thiết kế này đã trao quyền đại diện tuyệt đối cho các nghị viên. Điều này không chỉ hạn chế quyền làm chủ công dân, mà còn giảm tính độc lập tương đối giữa hai cơ quan hành pháp và lập pháp[3].

Ở điểm này, những nhà lập hiến Hoa Kỳ đã tuân theo những nguyên tắc khôn ngoan hơn khi thiết kế bộ máy chính quyền, để giải quyết đồng thời hai bài toán: Làm thế nào để chính quyền có đầy đủ mọi quyền lực thực hiện nhiệm vụ được dân chúng giao mà không xâm phạm tới những quyền tự do cá nhân[4].

Người Mỹ "không bỏ hết trứng vào chung một cái rổ" nghị viên, người dân Mỹ trực tiếp trao quyền cho những công chức nắm thực quyền hành động.

Nguyên tắc đầu tiên là những người nắm thực quyền đều phải do người dân trực tiếp bầu ra.

Người dân Mỹ trực tiếp bầu ra các nghị viên – những người làm ra luật[5]. Trực tiếp bầu ra những người thi hành công vụ hành chính là Tổng thống, thống đốc và các viên chức công xã.

Nguyên tắc này, một mặt đảm bảo quyền lực lựa chọn của nhân dân – cử tri, mặt khác, đảm bảo cho mỗi công chức được chọn có một quyền lực đại diện tuyệt đối. Đó là quyền không thể bị phế truất bằng bất cứ một thế lực nào khác ngoài nhân dân. Tổng thống giữ được sự độc lập tương đối với các viện quốc hội và với các công chức hành chính địa phương.

Nguyên tắc này, tạo ra một lợi thế đặc biệt trong việc ngăn ngừa sự lạm quyền từ nhánh hành pháp trong bộ máy nhà nước[6].

Một công chức hành chính cấp công xã, hoàn toàn ngang bằng với vị tổng thống liên bang về phương diện quyền lực đại diện được nhân dân lựa chọn. Cả hai đều được lựa chọn và chỉ có thể phế truất bởi nhân dân. Sự khác nhau của hai công chức này chỉ nằm ở phạm vi tác động của quyền lực hành chính.

Nguyên tắc được lựa chọn trực tiếp bởi nhân dân, tạo ra trong hệ thống chính trị Mỹ, một nền hành chính không có thứ bậc[7]. Tổng thống liên bang, thống đốc bang và công chức hành chính công xã, chỉ phân biệt nhau bởi phạm vi cử tri bầu chọn, không có bất cứ sự phân bậc nào về ngôi thứ hành chính.

Bản thân nguyên tắc này, vì thế, đã đảm bảo một sự phân tán quyền lực hành chính. Mỗi công chức được bầu ra sẽ chỉ có quan hệ và cùng với nó là quyền lực hành chính đối với các công dân một trong phạm vi tuyển cử của mình. Với thiết kế này, các nhà lập hiến Hoa Kỳ đã tạo ra vô số các trục quyền lực hành chính rải rác khắp nơi trên đất nước, rời rạc hóa đặc tính liên tục nguy hiểm của quyền lực hành chính.

Nguyên tắc thứ hai là giao quyền cụ thể. Khi trao cho ai đó một quyền lực chính trị dù nhỏ bé nhất thì đồng thời phải đặt ra những hạn chế lớn nhất, để ngăn ngừa mọi khả năng dù là nhỏ nhất, quyền lực đó bị lũng đoạn. Người Mỹ đã thực hiện điều này bằng cách giao quyền cụ thể cho các công chức được chọn. Từ các công chức cấp xã đến vị tổng thống liên bang, đều được giao thực thi những công việc nhất định, được quy định cụ thể bởi các đạo luật chung. Họ được tự do hành động trong phạm vi các tác vụ đã được quy định, đồng thời không thể lẩn tránh hành động. Cùng với hạn chế này, những công chức càng có phạm vi quyền lực hành chính lớn, càng được giao ít tác vụ do cơ hội giám sát của cử tri yếu dần tỷ lệ thuận với phạm vi tác quyền. Theo nguyên tắc này, một công chức cấp công xã sẽ được giao nhiều tác vụ nhất, ngược lại, tổng thống liên bang sẽ có ít tác vụ hành chính nhất. Điều này đồng nghĩa với việc một công chức cấp công xã sẽ có nhiều thực quyền hành chính nhất, nhưng đồng thời cũng bị giám sát chặt chẽ nhất bởi các cử tri trong địa hạt của mình[8].

Nguyên tắc thứ ba là giao quyền đơn nhất, có thời hạn và theo nguyên tắc đa số

Mọi vị trí quyền lực trong hệ thống chính trị của Mỹ đều chỉ được giao một quyền lực đơn nhất đối với phạm vi một tác vụ. Theo nguyên tắc này thì sự phân định tam quyền phân lập chỉ là một diễn đạt sơ sài của nó. Trong hệ thống chính trị Mỹ, người ta thấy một sự phân định rạch ròi, một sự giao quyền đơn nhất hiện diện ở mọi chi tiết.

Hệ thống chính trị của Mỹ không thể không theo nguyên tắc giao quyền có thời hạn và nguyên tắc đa số. Đây là hai phương thức hạn chế hữu hiệu sự lạm dụng quyền lực của bất kỳ hệ thống chính thể đại diện nào[9].

Hiến pháp Mỹ không có ngôn từ tuyên bố về quyền nhân dân tối thượng trong phần chính văn, nhưng nhìn vào từng điều khoản trong cách thiết kế bộ máy nhà nước của hiến pháp người ta lại thấy quyền nhân dân hiện diện khắp nơi. Đó là một góc nhìn khác về hiến pháp, hiến pháp là một bản thiết kế bộ máy chính quyền đảm bảo thực thi trong thực tế các nguyên lý, nguyên tắc, đã được cộng đồng đồng thuận.

(*) Bài đã được đăng trên trang Cùng Viết Hiến Pháp dưới tựa đề: "Về một điểm yếu của Hiến pháp năm 1946"

[1] – Cơ chế bảo hiến, với một tòa án hiến pháp độc lập để bảo vệ quyền hiến định của người dân cũng chỉ nên xem là điều kiện tiên quyết yếu cho khả năng thực thi một hiến pháp. Chưa kể kéo nhau ra tòa án thường là giải pháp cuối cùng, thì sự kiện một cá nhân hay nhóm người kiện chính quyền lên tòa án hiến pháp luôn là một sự kiện ngẫu nhiên, rời rạc. Trong khi đó, quyền lực nhà nước là một quyền lực hiện diện khắp nơi và được duy trì bằng vũ lực với sức mạnh của cả cộng đồng. Vì thế, những vụ kiện vi hiến – những cú đánh ngẫu nhiên, rời rạc chỉ có sức mạnh như lời cảnh báo cho chính quyền hơn là sức mạnh cưỡng bách buộc chính quyền thực thi hiến pháp rộng rãi. Cơ chế bảo hiến, vì thế chủ yếu mang ý nghĩa tuyên truyền, vận động giúp hiến pháp được hiểu, áp dụng và tôn trọng.

[2] – Xem thêm "Hiến pháp năm 1946"

[3] – Có thể nhận xét Hiến pháp năm 1946 dựa trên các chuẩn mực của bản hiến pháp hiện đại, vì Hiến pháp năm 1946 xây dựng trên nền tảng Tuyên ngôn độc lập của Hồ chí Minh, tức là nền tảng nguyên lý nhân dân tối thượng, với mục tiêu xây dựng nhà nước dân chủ cộng hòa trên nguyên tắc phân quyền. Đó là những nguyên lý và nguyên tắc khác với nền tảng các hiến pháp sau đó xây dựng, theo cương lĩnh của đảng Cộng sản, đặt vai trò lãnh đạo của đảng Cộng sản làm nguyên lý xây dựng với nguyên tắc tập trung dân chủ và không tam quyền phân lập (Xem thêm: Bài phát biểu khai mạc Hội nghị lần thứ năm Ban chấp hành Trung ương Đảng khóa XI, ngày 7 tháng 5 năm 2012, của Tổng bí thư Nguyễn Phú Trọng; Nguyễn Sỹ Phương – Hiến pháp là nền tảng, còn nền tảng của hiến pháp?)

[4] – Xem thêm: Wendy Dương – Tổng quan về Hiến pháp Hoa Kì; Nguyễn Cảnh Bình, Hiến pháp Mỹ được làm như thế nào?, NXB Tri Thức, năm 2009.

[5] – Riêng bầu cử Thượng nghị sỹ theo phương thức hai nấc. Thượng nghị sỹ mỗi bang do cơ quan lập pháp bang đó chọn lựa. Ưu thế trí tuệ của việc bầu cử hai nấc với Thượng nghị sỹ sẽ được bàn kỹ hơn trong bài khác.

[6] – Ở nhà nước pháp quyền hiện đại, trong ba nhánh quyền lực thì hành pháp là nhánh có khả năng lạm quyền cao nhất. Lập pháp ban bố các luật lệ chung nhưng nghị viện chỉ nhóm họp định kỳ, tức là chỉ thể hiện quyền lực không trực tiếp và thường xuyên bị gián đoạn ở khoảng thời gian giữa các kỳ họp. Tư pháp cũng là sức mạnh hiện hữu rời rạc, tòa án chỉ xuất hiện ngẫu nhiên khi nảy sinh tranh chấp và người ta phải kêu đòi đến nó. Nhưng hành pháp thì hiện diện khắp nơi, nhu cầu thực thi pháp luật hiện diện không có giới hạn trong đời sống xã hội, người ta luôn phải kêu đòi đến hành pháp. Hoạt động giám sát, giải

trình dù được thực hiện kín kẽ đến đâu cũng không thể nào theo kịp hoạt động của hành pháp.

[7] – Triết gia Pháp thế kỷ 19, Alexis de Tocqueville phân biệt hai hình thức tập trung, tập trung chính quyền là tập trung quyền điều hành các lợi ích chung cho tất cả các bộ phận quốc gia như lập các bộ luật chung và các mối quan hệ giữa dân tộc mình với dân tộc khác. Tập trung hành chính là tập trung quyền điều hành những lợi ích riêng biệt trong một quốc gia như các công trình ở công xã. Tocqueville cho rằng, không một quốc gia nào có thể sống và cũng chẳng thể nào sung túc nếu không có sự tập trung hóa chính quyền, nhưng tập trung hóa hành chính chỉ làm được mỗi việc là làm cho người dân mất sinh khí một khi phải chui đầu vào đó, bởi vì một nền hành chính như thế bao giờ cũng chỉ làm cho con người giảm bớt đi cái ý thức sống tự lập (Xem thêm: Alexis de Tocqueville, Nền dân trị Mỹ, NXB Tri Thức, năm 2012, tr.141 – tr.153).

[8] – Việc giao quyền cụ thể, vừa đảm bảo khả năng hoạt động tự do, độc lập của người công chức trong phạm vi tác vụ của mình, vừa đảm bảo khả năng thực tế của việc giám sát và phán xử của cơ quan kiểm soát, phán xét. Việc giao quyền cụ thể còn có ý nghĩa buộc công chức phải hành động, công chức không thể từ chối thực thi các công vụ đã được giao cụ thể mà không phải chịu trách nhiệm với việc không hành động của mình.

[9] – Xem thêm: Alexis de Tocqueville, Nền dân trị Mỹ, NXB Tri Thức, năm 2012, Chương V-VIII.

Nguyên tắc hạn chế sự đam mê quyền lực

***

J.Rousseau nói: “Người ta sinh ra tự do, nhưng rồi đâu đâu con người cũng sống trong xiềng xích”[1]. Arnold J.Toynbee cho rằng câu nói này của J.Rousseau đã cô đọng lại “nguyên tắc cơ bản” của chủ nghĩa hoài cổ thế kỷ 18 ở phương Tây. Sau Rousseau, các môn đồ của ông, điển hình là Robespierre, bằng một tình yêu “trạng thái tự nhiên” hòa bình hoài cổ, cùng với sự hấp tấp, nóng vội đã đẩy nước Pháp vào “triều đại kinh hoàng” những năm 1793 – 1794 của lịch sử[2]. Ngược lại, Toynbee đánh giá lời N.Machiavelli là “lời chân thật” dù có phần “tàn nhẫn”, khi phơi bày bộ mặt đầy sát khí nơi vị vua hiền triết của Plato. Machiavelli nói: “Bản chất con người là hay thay đổi. Thuyết phục thì dễ nhưng duy trì niềm tin mới là điều khó. Bởi vậy, cần phải đảm bảo rằng khi người ta không còn tin nữa thì phải dùng vũ lực buộc người ta phải tin”[3].

Toynbee đã dẫn ra các bằng chứng từ lịch sử để chứng minh rằng, giả định về một vị hoàng đế hiền triết của Plato (*Nền cộng hòa*, 502 A-B) là hoàn toàn phi thực tế. Toynbee viết: “Nếu vị vua hiền triết thấy không thể đạt được mục đích bằng sức quyến rũ của mình, ông ta sẽ vứt bỏ vẻ bề ngoài tự tại và vớ lấy thanh gươm. Ngay cả Marcus Aurelius cũng sử dụng đến vũ khí này để chống lại các tín đồ Cơ Đốc”[4].

Khi thanh gươm được vung lên tức là mọi khế ước xã hội đã bị xóa bỏ. Thần dân của vị hoàng đế rơi vào tình trạng mất dần và sau đó là mất hết tự do bình đẳng. Nhưng trớ trêu là những thanh gươm đó lại chưa bao giờ thôi hiện hữu, từ phương Đông sang phương Tây, từ thuở xa xưa loài người đến thế giới hiện đại và con người chưa bao giờ thôi sống trong xiềng xích.

Toynbee không phải không có lý, lịch sử nhân loại đã mang đến những bằng chứng về ma lực khủng khiếp của quyền lực chính trị. Ngay cả vị vua hiền triết của Plato cũng sẵn sàng vứt bỏ tất cả vinh quang và sự tự tại của mình để cầm lấy thanh gươm, bảo vệ quyền lực chính trị, thì thứ quyền lực đó phải được coi là có sức hấp dẫn vô giới hạn. Vì thế câu hỏi nếu có về một phương cách để ngay lập tức xóa bỏ đam mê quyền lực chính trị là vô nghĩa. Đam mê quyền lực chính trị, vì thế cần phải được nhìn nhận theo cách Émile Durkheim nhìn về hành vi tội phạm diễn ra trong xã hội.

Durkheim cho rằng, hành vi tội phạm trong xã hội cũng bình thường như hệ thống trấn áp nó. "Thiết chế của hệ thống trấn áp là một sự kiện có phổ quát không kém gì sự hiện hữu của hiện tượng tội phạm và cần thiết không kém gì trạng thái lành mạnh của tập thể". Ai cũng coi tội phạm là hành vi bị ghét bỏ và đáng bị ghét bỏ, nhưng cảm thức thông thường kết luận rằng hành vi ấy phải chóng vánh mất đi hoàn toàn là sai lầm. Người ta không thể định giá được sự hữu ích của các hành vi tội phạm đối với xã hội giống như không thể định giá sự đau khổ đối với con người[5].

Durkheim lý luận: "Chẳng phải chúng ta đều ghét sự đau khổ đó sao? Tuy nhiên, thực thể nào không biết đau khổ ắt sẽ là một con quái vật"[6]. Đam mê quyền lực chính trị vì thế cần phải được xem là một bản năng không thể muốn thay đổi là được và không dễ uốn nắn. Nhưng nó là một bản năng có thể được chế ngự, như tình trạng tội phạm trong xã hội và sự đau khổ nơi con người.

Tôi đặt ra giả thiết, đam mê quyền lực chính trị của con người là luôn hiện hữu, luôn có khả năng tiến tới vô hạn và không có trường hợp ngoại lệ. Tức là nó có thể xuất hiện, cùng một mãnh lực dữ dội ngang nhau với tất cả mọi người. Con người càng ở gần vị trí có thể chiếm giữ quyền lực chính trị tối cao thì đam mê càng gia tăng, đam mê vươn sẽ tới đỉnh điểm khi họ đã chiếm giữ hoặc nghĩ rằng mình đã chiếm giữ được quyền lực chính trị tối cao. Mỗi chính thể vì thế cần phải được thiết kế, sẵn sàng cho khả ngăn ngừa mọi âm mưu chiếm đoạt quyền lực ở mọi thời điểm và bằng mọi phương cách ở mức độ tồi tệ nhất.

Tocqueville đã phát hiện ra trong nền dân trị Mỹ, những thiết kế hữu hiệu cho mục đích ngăn ngừa sự đam mê quyền lực chính trị. Tocqueville mô tả, ở Mỹ, "các đam mê chính trị thay vì diễn ra chốc lát trên toàn bộ bề mặt đất nước như trên một thảm lửa, nó được va chạm mạnh mẽ với những lợi ích và đam mê cá nhân của mỗi bang. Và như thế, "quyền lực tối cao của Liên bang bị ngáng trở và không đầy đủ hoàn toàn, việc thực thi quyền lực vì thế không nguy hiểm cho tự do". Ở Mỹ người ta "không thấy những kích động đam mê quyền lực ồn ào và quá trớn"[7](*).

Thiết kế chính thể ngăn ngừa hiệu quả sự đam mê quyền lực chính trị liệu có phải là bí quyết mang lại tự do, bình đẳng cho người dân Mỹ; mang lại sự thực thi đến mức gần như tối hảo cho quyền nhân dân tối thượng ở Mỹ như nhìn nhận của Tocqueville?

Mọi câu trả lời nhất quyết đều chứa đựng trong bản thân nó sự phủ định. Năng lực hạn chế của con người chỉ cho phép họ có thể nhìn nhận mọi vấn đề ở một phương diện nhất định. Dù họ có cố gắng chiếm lĩnh cái toàn thể với nỗ lực và khả năng cao nhất, thì cái cái toàn thể họ chiếm lĩnh được bao giờ cũng là cái toàn thể phiến diện.

Không thể chỉ ra ngay một hiến pháp nào được coi là hoàn hảo cho một xã hội, nhưng người ta có thể nỗ lực để thiết kế nên một bản hiến pháp mà quyền lực của nhân dân được đảm bảo hiệu quả nhất, phù hợp với ý chí chung của cộng đồng xã hội nơi bản hiến pháp điều chỉnh.

Hạn chế sự đam mê quyền lực chính trị, bằng cách không tạo ra một cơ chế cho phép, một cá nhân hay một nhóm người có thể nắm trong tay quyền lực vô hạn đối với cộng đồng là một nguyên tắc cần lưu tâm khi thiết kế hiến pháp.

(*) Một bản rút gọn của bài đã được đăng trên báo Thanh Niên với bút danh Bửu Ca với tựa đề: "Tại sao phải hạn chế sự đam mê quyền lực?"

[1] Jean Jacques Rousseau, Bàn về khế ước xã hội, NXB TP.HCM, năm 1992, tr.52

[2] Arnold J.Yoynbee, Nghiên cứu lịch sử nhân loại, NXB Văn Hóa Thông Tin, năm 2008, tr.548

[3] Niccolò Machiavelli, Quân vương, NXB Tri Thức, năm 2010, tr.70

[4] Arnold J.Yoynbee, sđd, tr.553

[5] Émile Durkheim, Các quy tắc của phương pháp xã hội học, NXB Tri Thức, năm 2012, tr.51

[6] Émile Durkheim, sđd, tr.52

[7] Alexis de Tocqueville, Nền dân trị Mỹ, NXB Tri Thức, năm 2012, tr..217

Về những xác chết biết đi

***

Tôi không thấy mức án viện Kiểm sát đưa ra là nhẹ, dù ông Quý đã vừa khóc vừa nói, mong tòa giữ nguyên mức án viện Kiểm sát đã đề nghị áp dụng cho anh trai – ông Vươn, là 5 đến 6 năm tù. Nhưng tôi cũng sẽ không nhìn vào mắt các vị quan tòa để tìm kiếm tia hy vọng mong manh cho gia đình ông Đoàn Văn Vươn[1], được xử trắng án.

Những người chịu trách nhiệm phán xử trong vụ án Nọc Nạn[2] năm xưa là những con người tự do. Ngoài mệnh lệnh chính trị của chính quyền thực dân, họ còn phải chịu sự phán xét của tòa án, một tòa án cấp cao hơn, cấp tối cao trong mỗi con người, đó là tòa án lương tâm. Đây chính là khác biệt căn bản của họ với những người đang chịu trách nhiệm phán xử vụ án Tiên Lãng, những nô lệ khoác bộ áo quan tòa.

Khi người ta không được tự do trong hành xử của mình thì họ cũng thấy mình không phải chịu trách nhiệm với những phán quyết mà họ đưa ra. Tất nhiên khi đó họ cũng không phải đối mặt với tòa án lương tâm của chính họ. Giả sử nếu có lúc nào đó họ phải đối mặt thì họ cũng tìm ngay ra một kẻ để đổ lỗi, đó là cấp trên, là lãnh đạo, là hệ thống... Rồi họ tự kết luận, họ vô tội. Họ cũng chỉ là nạn nhân.

Điều tồi tệ hơn, trong xã hội Việt Nam ngày nay, những ông quan tòa của chúng ta không phải là những kẻ hiếm hoi, lạc loài, trái lại, họ dễ dàng tìm thấy những kẻ đồng lõa với mình ở khắp mọi nơi. Đó là ông bác sỹ, anh công an, chú nhà báo, ông bạn kỹ sư, cô hàng nước gần nhà, anh xe ôm đầu ngõ... họ tìm thấy một tình trạng nô lệ, một sự sự vô trách nhiệm, vô trách nhiệm như một lẽ tất yếu, nô lệ như một lẽ tất yếu, được phổ biến khắp nơi, len lỏi đến từng ngõ ngách của cuộc sống.

Trả lời phỏng vấn *BBC Tiếng Việt*, nghệ sĩ Kim Chi nhận định rằng: "Nếu người ta thả bổng cho Đoàn Văn Vươn, cho gia đình anh ta, thì điều đó sẽ thu phục được lòng dân. Còn nếu mà lấy quyền, lấy luật rừng để mà trừng trị một người lương thiện như thế, thì nhất định là tức nước thì phải vỡ bờ thôi".

Tôi có thể phần nào đồng ý với nghệ sỹ Kim Chi ở vế thứ nhất, còn ở vế thứ hai thì chắc chắn không. Dù kết quả vụ án Đoàn Văn Vươn thế nào thì cũng không dễ gì có chuyện "tức nước vỡ bờ" trong hoàn cảnh hiện nay. Đa số người dân chỉ "tức nước vỡ bờ" khi những quyền lợi thiết thân của họ bị xâm phạm, như đầm tôm với gia đình ông Vươn, còn ngược lại, sự cảm thông với hoàn cảnh bất hạnh, hay bất bình vì oan trái cùng lắm chỉ gây nên xót xa – căm hận ở trong lòng mà thôi. Một số ít sẽ tỏ thái độ, còn đa phần sẽ làm ngơ. Và cũng như các vị quan tòa trong vụ án Đoàn Văn Vươn, những người làm ngơ sẽ có đủ lý lẽ để biện hộ cho mình.

Đó chính là điều tồi tệ nhất mà một hệ thống toàn trị có thể tạo ra. Những lầm lỗi, thậm chí là tội ác về kinh tế dễ gây bất bình, phẫn nộ cho công luận, nhưng suy cho cùng nó lại là những tội lỗi để lại ít hậu quả và dễ khắc phục. Còn những tội ác làm phá hủy tận căn để lương tri con người thì khó nhận biết hơn, gây phẫn nộ ít hơn, lại khó cứu vãn và để lại hậu quả ghê gớm hơn gấp nhiều lần. Tình trạng nô lệ, sự vô trách nhiệm được gieo rắc phổ biến nơi con người trong các chế độ toàn trị là một trong những tội ác như thế. Nó như một thứ thuốc độc ma mãnh, từng lúc từng lúc len lỏi vào tận xương cốt mỗi con người phá hủy tận gốc dễ, căn để, bòn rút toàn bộ sức mạnh sáng tạo, động lực phát triển của xã hội.

Không có chuyện "tức nước vỡ bờ", nhưng nếu vụ án Đoàn Văn Vươn kết thúc bằng một bản án khắc nghiệt, một sự hủy hoại trong mỗi con người, niềm tin vào công lý, vào đạo đức xã hội chắc chắn sẽ gia tăng. Khi niềm tin vào công lý, vào đạo đức xã hội bị xói mòn, con người sẽ bị đẩy sâu hơn vào các lợi ích thiết thân. Họ sẽ tìm mọi cách để tự bảo vệ mình, gia đình mình, lợi ích riêng tư của mình và không ngần ngại nếu có thể, xâm phạm vào lợi ích người khác, lợi ích xã hội. Đồng thời cũng chính những con người này, họ cũng sẽ sẵn sàng kháng cự lại bằng "luật rừng" nếu có thể với mọi sự xâm hại đến lợi ích bản thân và gia đình họ.

Những người có trách nhiệm với đất nước cần nghĩ đến những hệ quả sâu xa này. Étienne Vacherot, triết gia, chính trị gia Pháp thế kỷ 19 đã viết: "Chế độ chuyên quyền là trường học tồi tệ nhất cho nền dân chủ". Tôi đồng ý với nhận định này. Người ta hay lấy những cuộc biểu tình, những bất ổn chính trị ở Thái Lan để chỉ trích chế độ dân chủ. Nhưng tôi thì lại thấy rằng đó là những sự "tập dượt dân chủ" không tránh khỏi và tin rằng không lâu nữa, người Thái sẽ có một chế độ dân chủ đủ trưởng thành để đưa đất nước họ vào một quỹ đạo phát triển bền vững. Sau khi viết những lời trên trong cuốn *La Démocratie*, năm 1859, tức là 70 năm sau cách mạng Pháp 1789, Étienne Vacherot đã bị bắt vào tù, với mức án 1 năm (sau được giảm xuống còn 3 tháng). Rõ ràng người Pháp đã chẳng được cho không nền dân chủ tự do của họ có bây giờ.

Thật nực cười khi muốn đất nước có dân chủ tự do mà lúc nào cũng canh cánh một nỗi lo gọi là "mất ổn định". Với cá nhân mỗi con người, tôi không thấy những người lúc nào cũng chỉ chăm chăm một cuộc sống bình yên có thể làm được điều gì đó có ý nghĩa trong cuộc đời của họ.

Xin hãy nghe lại lời Patrick Henry, lãnh tụ Cách mạng Mỹ, phát biểu ngày 23 tháng 3 năm 1775: "Liệu có phải cuộc sống quá đáng yêu và hòa bình quá ngọt ngào tới mức phải mua bằng xiềng xích và nô lệ không? Ơn chúa tối cao, hãy đừng bao giờ như vậy. Tôi không biết những người khác sẽ chọn con đường nào. Nhưng với tôi, hãy cho tôi tự do hay là chết".

[1] Ngày 2 tháng 4 năm 2013 tòa án nhân dân thành phố Hải Phòng mở phiên tòa sơ thẩm xét xử vụ án Đoàn Văn Vươn xảy ra tại đầm tôm của hộ gia đình ông Đoàn Văn Vươn vào ngày 5 tháng 1 năm 201 2. Đây là vụ án về tranh chấp đất đai giữa gia đình ông Đoàn Văn Vươn ở Cống Rộc, Vinh Quang và Ủy ban nhân dân huyện Tiên Lãng. Vụ án thu hút dư luận Việt Nam vì đây được coi là đỉnh điểm về xung đột về đất đai, của những bất cập về cả pháp luật đất đai, việc thực thi pháp luật ở các cấp địa phương.

[2] Vụ án Nọc Nạn (tiếng Pháp: l'Affaire de Phong Thanh) – tranh chấp đất đai lớn, xảy ra năm 1928 tại làng Phong Thạnh, quận Giá Rai, tỉnh Bạc Liêu (nay là ấp 4, xã Phong Thạnh B, huyện Giá Rai, tỉnh Bạc Liêu) giữa một bên là các gia đình nông dân Biện Toại, Mười Chức và bên kia là giới địa chủ cường hào, quan chức thực dân Pháp cùng tham quan Nam triều. Vụ án gây thiệt mạng 5 người, là một ví dụ điển hình của chính sách phân chia và quản lý ruộng đất bất công tại Nam Kỳ dưới thời thuộc Pháp.

Về trách nhiệm xã hội

***

Nhà xã hội học người Đức, Max Weber cho rằng, phương Tây có hơn phương Đông chẳng qua ở sự hợp lý. Sự hợp lý từ tư duy của mỗi cá nhân đến sự hợp lý trong cách thức tổ chức sản xuất, quản trị doanh nghiệp, cho đến tổ chức bộ máy nhà nước...

Có thể ta không hoàn toàn đồng ý với nhận định này, nhưng tầm quan trọng của sự hợp lý trong việc tổ chức, thiết kế hệ thống là điều không thể bác bỏ.

Những vấn nạn, bất cập mà Việt Nam chúng ta đang phải đối mặt hiện nay không khó để chỉ ra là nằm ở chính sự bất hợp lý trong tổ chức hệ thống nhà nước và xã hội.

Một xã hội hiện đại với sự phức tạp đến từ qui mô lớn hơn, sự trưởng thành hơn về ý thức tự do của mỗi cá nhân, cũng như độ phức tạp cao hơn của các mối quan hệ kinh tế - xã hội... đòi hỏi một hệ thống tổ chức hiện đại tương ứng, để có thể xử lý và đương đầu với những thách thức mới, ngày càng phức tạp hơn nảy sinh trong xã hội này.

Nếu nhìn Việt Nam như đang trong tiến trình hiện đại hóa, thì cần phải thấy được đòi hỏi của chúng ta bây giờ là làm sao thiết kế được một hệ thống tổ chức nhà nước hiện đại, đáp ứng được những thách thức đang hàng ngày hàng giờ phải đối mặt ở khắp nơi trong đời sống xã hội, từ giao thông, y tế, giáo dục cho đến luật pháp, công lý...

Tôi quan tâm đến ba nền tảng của một hệ thống tổ chức xã hội, mà theo tôi, nếu chúng ta có thể gầy dựng được thì hoàn toàn có thể có hi vọng về một Việt Nam văn minh - hiện đại

- vững bền, đó là: nền tư pháp độc lập – nền hành chính công chuyên nghiệp – và nền giáo dục khai phóng.

Trong ba nền tảng này thì giáo dục có lẽ là khu vực mà xã hội dân sự có khả năng tham gia, và có thể tham gia hiệu quả nhất.

Khu vực này, đòi hỏi sự tham gia tích cực của các cá nhân trong xã hội, và cũng chính là nơi mang đến cơ hội để mỗi công dân thể hiện trách nhiệm xã hội của mình.

Tôi vẫn cho rằng, trong bất cứ xã hội nào, nếu một người được sinh ra với hoàn cảnh tốt hơn, hoặc có cơ hội thụ hưởng nền giáo dục cao hơn, hoặc được làm việc ở một vị trí tiện nghi hơn so với mặt bằng chung của xã hội thì đều là những người đang may mắn chiếm phần lợi chung của xã hội, và vì thế phải có trách nhiệm đương nhiên là chia sẻ lợi thế, sự may mắn của mình với những người kém may mắn hơn.

Đó là ý nghĩa của việc thực hiện trách nhiệm xã hội của mỗi công dân và cũng là ý nghĩa của mục tiêu công bằng xã hội nói chung. Mà thực hiện công bằng xã hội thì không gì hơn là tìm kiếm và thực thi sự công bằng trong giáo dục, công bằng trong cơ hội được thụ hưởng nền giáo dục tốt cho mỗi người dân và mọi người dân.

Về tinh thần công cộng

***

Tôi vẫn thường nghe người ta ca ngợi bản Hiến pháp Hoa Kỳ như là một bản thiết kế vĩ đại, và cho rằng, có nước Mỹ thịnh vượng, hùng cường ngày nay là nhờ bản hiến pháp hàng trăm năm vẫn giữ nguyên giá trị, do những bộ óc tuyệt hảo của quốc gia này thiết kế nên từ buổi đầu lập quốc.

Không thể phủ nhận, nhưng tôi lại quan tâm đến cả những người dân thường Mỹ, xem từ đâu họ lại được cơ may có bản thiết kế vĩ đại này, và nhất là xem cách họ ứng xử ra sao với bản thiết kế vĩ đại của cha ông mình để lại.

Tôi vẫn còn nhớ một chi tiết, khi thảm họa 11 ngày 9 năm 2001 xảy ra, không cần chờ lực lượng chức năng của chính quyền can dự, ngay khi khói lửa và những tiếng khóc than từ tòa tháp đôi còn chưa dứt, nhiều người Mỹ đã tự động lập hàng rào bảo vệ cho các cửa hàng, cơ sở kinh doanh của người Ả-rập xung quanh.

Chuyện đó không có gì là lạ ở nước Mỹ, Alexis de Tocqueville* đã thấy điều này từ gần hai thế kỷ trước. Khi đó, ông đã ngạc nhiên về tinh thần công cộng đến kỳ lạ của người Mỹ, họ vừa là những người tham lam vị kỷ nhất trong việc tìm kiếm hạnh phúc riêng tư (kiếm tiền, hưởng thụ vật chất), họ vừa không bao giờ chờ đợi và ỷ lại giao phó mọi việc công cho chính quyền, bất cứ việc gì cộng đồng có thể giải quyết, họ sẽ họp nhau lại và giải quyết rốt ráo.

Tocqueville mô tả: "Một người Mỹ lo toan cho các lợi ích riêng tư cứ như thể anh ta là kẻ duy nhất trên đời này, và liền sau đó, anh ta lại lao vào việc công ích như thể lúc nãy anh ta chợt quên mất những công việc ấy."

Và ở một đoạn khác ông cũng hỏi: "... vì đâu mà mỗi con người ấy lại quan tâm đến mọi công việc của xã mình, của quận mình, và của toàn bang mình như việc nhà mình vậy?"

Thực ra, tự Tocqueville cũng đã phần nào trả lời những câu hỏi này, ở một chương khác ông viết: "[Người Mỹ] họ khoái dùng khái niệm "lợi ích riêng được nhận thức đúng" để giải thích hầu hết những hành động trong đời họ. Họ ân cần chỉ rõ vì sao cái tình yêu được khai sáng đối với bản thân đã khiến họ không ngừng tự nguyện hy sinh cho lợi ích của bang một phần thời gian và tài sản của họ."

Sự yêu thích triết lý "Lợi ích riêng được nhận thức đúng", có thể là một cách giải thích, nhưng sâu xa hơn có thể xuất phát từ thực tế, khi đến với vùng đất mới châu Mỹ, những người Mỹ đầu tiên đã thấm nhuần tinh thần khai sáng của châu Âu thế kỷ 18. Đã trải nghiệm (từ vùng đất cũ – châu Âu) và hiểu rõ, được hệ quả tồi tệ mà mình sẽ phải gánh chịu nếu thờ ơ với công việc công cộng, bỏ mặc mọi sự cho chính quyền thao túng, sắp đặt. Và vì thế, cùng với đam mê kiếm tìm hạnh phúc, hưởng thụ vật chất, họ vẫn nhớ sử dụng lý trí một cách đúng đắn khi tham gia không ngần ngại vào các công việc công cộng.

Và theo như các nhà triết học thời kỳ khai sáng, một đất nước có đa số những công dân như thế thì đất nước đó sẽ có thịnh vượng, tự do và hạnh phúc; và những người dân của đất nước đó xứng đáng được hưởng thịnh vượng, tự do và hạnh phúc.

Bây giờ quay trở lại với đất nước chúng ta - Việt Nam.

Đúng thế, "tinh thần công cộng" có thể là một câu trả lời cho nguồn cơn của những tệ hại, hủ bại trong xã hội ta ngày nay.

Thật dễ dàng để trút cơn thịnh nộ lên những người "bắt học sinh uống nước giẻ lau bảng", "bắt cô giáo quỳ" hay "đâm thủng bụng thầy giáo chủ nhiệm"... Nhưng sẽ có khó khăn hơn đôi chút, khi tự hỏi, liệu chính mỗi người chúng ta có trách nhiệm, có can dự đến đâu trong việc thúc đẩy, đưa đến những tệ lậu đen tối, những khối ung nhọt vừa bùng vỡ của xã hội bây giờ?

Câu hỏi này đương nhiên sẽ để ngỏ ở đây, tôi hay không có bất kỳ một ai khác có thể trả lời thay cho các bạn, từng người một sẽ có trách nhiệm phải tự trả lời câu hỏi này, nếu thấy cần, tất nhiên.

(*) Trong bài viết này, các trích dẫn đều lấy từ: Nền dân trị Mỹ – tác giả Alexis De Tocqueville – dịch giả Phạm Toàn, NXB Tri Thức, 2012.

Về mục tiêu thịnh vượng

***

“Những người du khách Mỹ hồng hào no ấm y phục xứ lạnh dày nặng sặc sỡ đi về từ mười năm nay ở phi trường Minneapolis, tiểu bang Minnesota, lâu lâu một lần, lại nhìn thấy đơn độc khác lạ một cặp vợ chồng Á châu, như họ, cũng tới phi trường đợi chờ một giờ máy bay cất cánh.”

“Quê quán họ ở Á châu, đúng vậy, nhưng đường về nghìn trùng cách biệt, dấu chân phiêu dạt chưa biết ngày nào trở lại được với bến bờ quê cũ. Đó là một cặp vợ chồng nhà văn. Một cặp vợ chồng nhà văn Việt Nam tha hương, từ bảy mùa tuyết, đã định cư yên ổn ở Vạn Hồ.”[1]

Hôm qua, khi đọc đến lời tâm sự của Tổng thống Moon Jae-in rằng, cuối đời ông muốn sống ở Hungnam – quê cũ của ba mẹ ông, tôi chợt nhớ đến đoạn văn trên. Hai người Á châu được mô tả ở trên là vợ chồng nhà văn Vũ Khắc Khoan. Còn chuyến bay họ chờ đợi thì các bạn chắc cũng đoán được. Cuối cùng, ông bà đã không thể đợi được chuyến bay đó, Vũ Khắc Khoan mất ở Mỹ năm 1986.

Không cần phải quá tỉnh táo cũng có thể hiểu rằng, ước mơ thống nhất hai miền Triều Tiên bây giờ là hoang đường, nhưng hai quốc gia – một dân tộc cùng chung sống hòa bình – thịnh vượng trên bán đảo Triều Tiên thì có thể.

Người ta sẽ hỏi một cách tuồng như hợp lý là: có thể trông chờ điều tốt đẹp nào từ một kẻ đã giam lỏng cô ruột, sát hại dượng và anh trai, sát hại không thương tiếc bất cứ đồng chí, đồng bào nào lăm le đe dọa hay làm tổn hại đến quyền lực tuyệt đối của mình?

Nhưng người ta có lẽ đã quên rằng: sinh tồn là bản năng lớn nhất của con người và mọi thực thể có ý chí khác, và để sinh tồn thì người ta có thể làm tất cả, cả điều tệ hại nhất lẫn điều đúng đắn nhất.

Chúng ta hay có thói quen nhìn sự vật ở một trạng thái đứng yên trơ lì, mà quên mất rằng Triều Tiên của Kim Il-sung đã khác với Triều Tiên của Kim Jong-un. Việt Nam của thời Hồ Chí Minh – Lê Duẩn đã khác với Việt Nam thời Nguyễn Văn Linh – Nguyễn Phú Trọng. Cái khác đó có thể không xuất phát từ ý muốn tự thân, mà nhiều khi đến từ bản năng sinh tồn, yêu cầu phải duy trì sự tồn tại làm nên.

Và còn nữa, không có một thực thể nào có thể tách rời hoàn toàn với hoàn cảnh, thế giới mà Triều Tiên và Việt Nam đang hiện diện bây giờ, khác hẳn cái thế giới mà Triều Tiên và Việt Nam đã tồn tại thời những năm 1953 hay 1986.

Lẽ thường, con người là những kẻ ưa dễ dãi và căm ghét sự thay đổi. Để cho quá khứ và những định kiến giam cầm thì luôn an toàn và tiện lợi hơn là phải thay đổi. Thay đổi tư duy, thay đổi con mắt nhìn nhận mọi sự trong một ánh sáng, một diện mạo mới lạ lẫm, thậm chí thù địch với những định kiến, thói quen cũ luôn là điều khó khăn, với bất kỳ ai.

Khi tìm đọc luận án: *"Đảng Cộng sản Việt Nam lãnh đạo đổi mới tổ chức và hoạt động của Quốc hội (1987-1997)"*[2] ban đầu, tôi muốn tìm các chứng cứ minh họa cho sự thao túng, áp đặt của Đảng với Quốc hội. Nhưng sau khi đọc xong toàn bộ luận án này, tôi lại thấy thực tế hóa ra Đảng ngày càng tách rời, ngày càng trao nhiều thực quyền và để Quốc hội độc lập hơn, ít nhất trong giai đoạn 1987-1997.

Tôi tự hỏi: tại sao vậy? Một kẻ đã nắm quyền lực tuyệt đối trong tay thì có đời nào tự nhiên chịu rời bỏ quyền lực của mình? Câu trả lời cuối cùng là vì sự sinh tồn. Vì sự sinh tồn, Triều Tiên của Kim Jong-un đang phải tự diễn biến, chuyển hóa. Vì sự sinh tồn, đảng Cộng sản ở Việt Nam cũng đang phải tự diễn biến, chuyển hóa.

Hy vọng vào một sự thống nhất Nam – Bắc Triều Tiên bây giờ là hoang đường, nhưng rõ ràng ta có thể kỳ vọng vào một Bắc Triều Tiên mở cửa, bắt tay với Hàn Quốc "cùng nhau vun đắp hòa bình, thịnh vượng."

Tất nhiên, điều này có thể không xuất phát từ lòng tốt, hay sự xót thương cho đồng bào của Kim Jong-un và các đồng chí của ông, mà có thể chỉ đơn thuần do yêu cầu sinh tồn của Bắc Triều Tiên và gia tộc họ Kim trong hoàn cảnh thế giới mới đòi hỏi.

Cũng như vậy, thật hoang đường, nếu hy vọng một ngày nào đó đảng Cộng sản tự nguyện từ bỏ quyền lực độc đoán của mình ở Việt Nam. Nhưng để đối phó với các khủng hoảng, đối phó với mục tiêu duy trì sự tồn tại của mình trong hoàn cảnh thế giới mới và nhất là thông qua áp lực xã hội không ngừng từ phía những người dân tiến bộ, Đảng sẽ phải tự chuyển hóa, phải tự thay đổi.

Tôi bắt đầu thực sự quan tâm đến cách tiếp cận cởi mở và thực tế – chấp nhận một vài điểm khác biệt nhất thời không quan trọng – để có thể đạt được những mục tiêu lớn và xa hơn khi Tổng thống Mỹ Barack Obama tiếp ông Nguyễn Phú Trọng ở Nhà Trắng, năm 2015.

Thật ảo tưởng và duy ý chí khi ngay lập tức bắt người khác phải chơi theo luật của mình, hành xử theo cách mình cho là đúng – là hợp lý. Tôi cho rằng, chính quyền Obama đã nghĩ vậy khi chọn cách tiếp cận cởi mở và thực tế với Việt Nam, khi họ đã chủ động giơ tay, chủ động đối thoại, chủ động thể hiện sự tôn trọng những khác biệt về thể chế của Việt Nam và Hoa Kỳ, để có thể khởi đầu cho thời kỳ quan hệ mới, để có thể khởi đầu cho một mục tiêu chung khả dĩ sẽ đem lại lợi ích lâu dài cho cả Hoa Kỳ lẫn Việt Nam. Mục tiêu chung đó có thể là sự THỊNH VƯỢNG.

Trong lời kết bài phát biểu tại Đà Nẵng ở APEC 2017, Tổng thống Donald Trump nhấn mạnh: "Hãy để chúng ta lựa chọn tương lai của chủ nghĩa ái quốc, sự thịnh vượng và niềm tự hào. Hãy để chúng ta lựa chọn thịnh vượng và tự do thay vì nghèo đói và quy phục. Hãy để chúng ta lựa chọn một Ấn Độ Dương – Thái Bình Dương tự do và cởi mở."

Nhưng không phải đợi đến ông Trump, một tổng thống – thương gia lão luyện nhắc đến "giàu có và thịnh vượng". Ngay những lời đầu tiên trong bài phát biểu tại Mỹ Đình, năm 2016, Tổng thống Barack Obama đã nói: "Khi tôi đến đây, tôi nhận thức rõ về những khó khăn trong quá khứ nhưng lại muốn tập trung hoàn toàn vào tương lai, vào sự thịnh vượng, an ninh và phẩm giá con người mà chúng ta cùng nhau vun đắp."

"Chúng tôi vun trồng hòa bình và thịnh vượng" – đó cũng là chính dòng chữ khắc trên tảng đá đặt cạnh cây thông 65 tuổi ở biên giới Hàn – Triều mà Tổng thống Hàn Quốc Moon Jae-in và Chủ tịch Triều Tiên Kim Jong-un cùng nhau làm nghi lễ vun đất, tưới nước trước khi bắt đầu buổi đàm phán ngày 27 tháng 4 năm 2018.

Có lẽ những nhà đàm phán Hàn – Triều cũng đã có một cái nhìn cởi mở và thực tế khi lựa chọn mục tiêu "hòa bình và thịnh vượng" cho bán đảo Triều Tiên. Rõ ràng, hoàn cảnh thế giới mới không cho phép họ thống nhất theo kiểu nước

Đức hay Việt Nam và họ lựa chọn cách khôn ngoan và thực tế hơn, "vun trồng hòa bình và thịnh vượng" cho cả hai quốc gia hai bên vĩ tuyến 38, rồi sau đó, mọi sự cứ để cho dòng chảy tự nhiên và xã hội sắp đặt.

Về dòng chảy tự nhiên – xã hội này, ta lại phải nhắc đến triết gia Đức Jürgen Habermas. Theo Habermas một sự thay đổi xã hội đến từ hai động lực: thứ nhất là sự kích thích để biến đổi, các kích thích này là các khủng hoảng, do ngoại cảnh từ môi trường và xã hội, hoặc là thông qua các căng thẳng nội tại trong lòng xã hội; và thứ hai là tiềm năng của người dân trong xã hội để hiểu và thách thức và để đối phó một cách sáng tạo với sự biến đổi.

Chuyển từ đói nghèo sang thịnh vượng chẳng phải là một sự biến đổi lớn lao đối với bất cứ xã hội, bất cứ quốc gia nào hay sao?

Rõ ràng, nếu đồng ý với Habermas thì ta có thể hiểu được ý nghĩa và kỳ vọng bên ngoài mục tiêu thịnh vượng đơn thuần đến từ những cái bắt tay ở Bàn Môn Điếm ngày 27 tháng 4 năm 2018 hay ở Nhà Trắng ngày 1 tháng 7 năm 2015. Nhìn rộng ra thì thịnh vượng có thể chính là chìa khóa đã được lựa chọn để mở ra một kỷ nguyên mới, ở châu Á nói riêng và toàn cầu nói chung của những người đang gánh trách nhiệm lèo lái thế giới ngày nay.

Chúng ta thật dễ bất đồng khi nói về dân chủ và tự do, nhưng giàu có và thịnh vượng thì có người nào không muốn, có quốc gia nào không muốn, đúng không?

Tuy nhiên, đã nói đến thịnh vượng thì cũng phải nói đến "sự thịnh vượng giả hiệu". Thịnh vượng mà không đi kèm với sự giàu có lên của đại đa số người dân, thịnh vượng mà đại đa số người dân không được hưởng lợi ích từ nó, không được đối xử công bằng và coi trọng phẩm giá, thì đó chỉ là sự thịnh vượng giả hiệu.

Một hệ thống dung dưỡng những tập đoàn mafia ăn cắp công sản, ăn cướp đất đai, thao túng chính sách, mua chuộc và làm hư hỏng đội ngũ công chức, bóp chết những doanh nghiệp non trẻ làm ăn chân chính, thì cùng lắm chỉ có thể làm giàu lên cho một nhóm nhỏ, làm gia tăng thêm đặc quyền đặc lợi cho một nhóm nhỏ, trong khi lại đào sâu thêm hố ngăn cách giàu nghèo, làm xói mòn công lý, hủy hoại phẩm giá con người, hủy hoại mọi giường mối văn hóa, chuẩn mực đạo đức xã hội, thì sự thịnh vượng nếu có thể tạo nên từ hệ thống đó cũng chỉ là sự thịnh vượng giả hiệu nhất thời.

Tôi hiểu, sự thịnh vượng đích thực bao giờ cũng phải đi kèm với nhà nước pháp quyền và thị trường tự do. Một cách tự nhiên, hệ thống tạo nên sự thịnh vượng đó sẽ tự thân mang lại sự công bằng, tự do và phẩm giá cho từng người dân và toàn thể nhân dân.

[1] Trích: Đọc Kinh, Vũ Khắc Khoan, NXB Phương Đông, 2010. Đoạn này của tác giả ***M.T*** *viết ở phần phụ lục trong bài: "Thế giới Vũ Khắc Khoan."*

[2] Luận án tiến sĩ lịch sử của tác giả Lưu Văn Luân, Học viện Chính trị Quốc gia Hồ Chí Minh.

Về sự chính danh hay nhu cầu hợp thức hóa

***

Có hai sự thật phơi bày trước mắt chúng ta những ngày gần đây.

Những quan chức ngã ngựa, xộ khám, cùng các vụ áp phe hàng trăm, hàng ngàn tỷ bị phanh phui cho chúng ta thấy sự thật thứ nhất: chúng ta đã bị cai trị bởi những quan chức hư hỏng đến thế nào.

Những thảo luận xung quanh ba đề án[1] của Hội nghị Trung ương 7 cho chúng ta thấy sự thật thứ hai: chúng ta đang bị cai trị bởi những quan chức tệ hại ra sao.

Nhìn tổng thể cả ba đề án thì có vẻ như đã có một mục tiêu thống nhất nào đó được đặt ra, rõ ràng hoặc ngầm ẩn, và đang được thực hiện đồng bộ. Tuy nhiên, nếu xem chi tiết từng đề án thì sẽ ngay lập tức vấp phải một câu hỏi cắc cớ cứ lặp đi lặp lại: Để làm gì? Để làm gì? Để làm gì?

Và tất nhiên, các câu hỏi "Để làm gì" này sẽ dẫn tới câu hỏi then chốt sau cùng: "Người ta đưa ra ba đề án này để làm gì?"

Các bạn cứ thử suy nghĩ và trả lời thật rành rọt xem, thực sự "người ta đưa ra ba đề án này để làm gì?"

Không dễ, đúng không?

Không hẳn vì lối nói ề à vòng vo làm chúng ta lúng túng trong việc tìm ra mục đích thực sự của ba đề án này, tôi e rằng, ngay từ đầu chính những người đặt ra ba đề án đã không hiểu rõ mục đích mình cần đạt được là gì.

Tất cả đều biết nguyên lý: không thể dùng chính cái tư duy đã tạo ra vấn đề để giải quyết vấn đề. Thế nhưng, với những thảo luận "tít mù rồi lại vòng quanh" về ba đề án (thực ra là những vấn đề cũ rích) thì lại chứng tỏ rằng, người ta đang cố dùng chính cái tư duy đã tạo ra vấn đề để giải quyết vấn đề.

Vậy cuối cùng, "người ta đưa ra ba đề án này để làm gì?"

Rồi! Bây giờ ta sẽ thử mở ra một vòng thảo luận mới, mang tính "gợi mở".

Trong số các đáp án cho câu hỏi này có một đáp án khả dĩ như sau: "Để có một đảng cầm quyền mạnh và chính danh. Để có một nhà nước hiện đại hướng tới mục tiêu thịnh vượng."

Có vẻ vấn đề đã sáng ra đôi chút.

Ít nhất ở đây đã có điểm sáng hơn, đó là thấy rõ chúng ta đang nói về hai thực thể tách bạch: đảng cầm quyền và nhà nước. Và bây giờ, bước tiếp theo có thể là phải tìm cách xử lý những vấn đề của từng thực thể, rồi sau đó là xử lý vấn đề quan hệ giữa hai thực thể này.

Nhưng, như mọi thực thể tồn tại đủ lâu khác có lẽ đã đến lúc tự thân đảng cầm quyền nhìn thấy nhu cầu hợp thức hóa[2], hay chính danh hóa sự tồn tại của mình, thảo luận về "nhất thể hóa" thời gian gần đây có thể là lối thoát họ muốn mở ra, cho chính họ và cho đất nước.

Và khi câu hỏi về nhất thể hóa đặt ra, thì với cấu trúc nhà nước hiện hành, câu hỏi lập tức kéo theo là đảng nên "nhất thể hóa" theo xu hướng mô hình nhà nước nào, cộng hòa tổng thống hay cộng hòa đại nghị?

Bản thân tôi (có thể nhiều người khác nữa) đã từng bị hấp dẫn bởi chế độ cộng hòa tổng thống, có lẽ là do sức ảnh hưởng quá lớn của nước Mỹ, văn hóa Mỹ và sự phổ biến của những sách vở về nước Mỹ ở Việt Nam ngày nay.

Nhưng càng ngày tôi lại càng xa rời ý tưởng từng được yêu thích này.

Ở đây tôi không so sánh về ưu nhược điểm của hai mô hình cộng hòa tổng thống hay đại nghị, tôi chỉ muốn nhấn mạnh đến sự lựa chọn hợp lý trong hoàn cảnh Việt Nam.

Nếu chọn phương án "nhất thể hóa" chức danh Tổng bí thư và Chủ tịch nước, chúng ta sẽ có một vị trí đầy tham vọng và quyền lực trong bộ máy. Nhưng khi đó, bất cứ sự lựa chọn sai lầm nào vào vị trí này, sẽ phải trả giá, thậm chí có thể là sự trả giá đau đớn và lâu dài trong một chế độ độc tài cá nhân tồi tệ.

Quả thật, phương án "nhất thể hóa" này sẽ là lựa chọn hợp lý cho những ai yêu thích mô hình cộng hòa tổng thống. Nhưng kể cả bỏ qua nguy cơ rơi vào độc tài cá nhân thì một cách khách quan nó cũng không phù hợp với cấu trúc nhà nước hiện tại của chúng ta. Cấu trúc tổ chức bộ máy nhà hiện hành thực tế gần với mô hình cộng hòa đại nghị hơn.

Nhìn lại toàn bộ lịch sử nhà nước từ 1976[3] đến nay ta có thể thấy, thực tế chúng ta đã có một Quốc hội ngày càng mạnh và ngày càng có sự độc lập tương đối với đảng. Thực tế, chúng ta đã có vị trí Thủ tướng ngày càng nắm nhiều thực quyền cả đối nội lẫn đối ngoại. Thực tế, chúng ta có vị trí Chủ tịch nước ngay từ thời ông Hồ đã phần nào mang tính lễ nghi, biểu tượng.

Như thế, mô hình cộng hòa đại nghị với cấu trúc gồm: một Quốc hội mạnh, một vị Thủ tướng là nguyên thủ quốc gia đích thực và một vị Tổng thống (hay Chủ tịch nước) mang tính lễ nghi, biểu tượng, có lẽ mới là sự lựa chọn hợp lý hơn cho sự chuyển đổi (tất yếu phải có) ở Việt Nam trong tương lai.

Khi đặt ra câu hỏi: "Làm sao để có một đảng cầm quyền mạnh và chính danh?" thực sự tôi đã nghĩ mô hình cộng hòa đại nghị này nếu được lựa chọn cho Việt Nam trong tương lai thì việc chuyển đổi sẽ ít khó khăn, xáo trộn, và đồng thời cũng không mâu thuẫn với mục đích hiện tại (nếu có) là đưa đảng Cộng sản bây giờ thành một đảng phái chính danh và mạnh.

Với mô hình cộng hòa đại nghị, chúng ta chỉ cần biến Quốc hội hiện có thành Quốc hội mạnh, có thực quyền và thực sự đại diện cho ý chí của nhân dân. Việc này, thậm chí có thể thực hiện được ngay trong khuôn khổ Hiến pháp hiện hành chỉ bằng bước đơn giản (về nguyên tắc) là yêu cầu chính quyền tôn trọng quyền lập hội, quyền bầu cử và ứng cử của nhân dân không phân biệt đảng phái.

Vị trí Thủ tướng hiện nay, không cần phải thay đổi nhiều trong mô hình cộng hòa đại nghị, ông vẫn được bầu lên bởi Quốc hội và chịu trách nhiệm trước Quốc hội, trước nhân dân, chỉ khác, ông sẽ là nguyên thủ thực sự, đại diện cho Việt Nam trong cả đối nội lẫn đối ngoại.

Vị trí Chủ tịch nước (hay Tổng thống) khi đó cũng vậy, ông sẽ vẫn thuần túy mang tính lễ nghi, biểu tượng.

Vị trí Tổng bí thư (hay Chủ tịch đảng) khi đó không còn quá quan trọng trong hệ thống nhà nước, bởi khi đảng đã chính danh thì đương nhiên đảng phải chịu sự điều chỉnh và hoạt động như một đảng phái thuần túy độc lập trong khuôn khổ pháp luật.

Đến đây, tôi phải nói thêm, lựa chọn mô hình nhà nước tương lai gần gũi về cấu trúc với mô hình nhà nước hiện tại còn có hàm ý về tính kế thừa, "tính liên tục".

Cho đến nay, những biến cố lịch sử làm thay đổi hoàn toàn chế độ nhà nước ở Việt Nam đều gắn liền với những đứt gãy, gián đoạn và hủy diệt.

Tức là, chế độ sau cắt đứt, phủ nhận và xóa bỏ hoàn toàn chế độ trước, kể cả những thành quả, những kinh nghiệm, nhất là kinh nghiệm về quản trị quốc gia.

Như thế, chế độ mới lập nên hoàn toàn có thể lặp lại những sai lầm, hay đi vào vết xe đổ của chế độ cũ mà không hề biết đến hay rút ra được bài học gì từ những kinh nghiệm đã phải trả bằng xương máu của chế độ trước đó.

[1] Ba đề án đó là: Đề án Tập trung xây dựng đội ngũ cán bộ các cấp, nhất là cấp chiến lược đủ năng lực, phẩm chất và uy tín, ngang tầm nhiệm vụ; Đề án Cải cách chính sách tiền lương đối với cán bộ, công chức, viên chức, lực lượng vũ trang và người lao động trong doanh nghiệp; Đề án Cải cách chính sách bảo hiểm xã hội.

[2] Xem thêm Từ điển triết học Habermas mục từ Hợp thức hóa (sự) hay Chính đáng hóa (sự).

[3] Tôi lấy mốc này vì gắn với Quốc hội khóa VI (1976-1981), Quốc hội đầu tiên của nước Việt Nam thống nhất được bầu vào ngày 25 tháng 4 năm 1976.

Chờ xem con tạo xoay vần đến đâu?

***

Có thể chúng ta đang là chứng nhân và cũng là chủ nhân những bước đi đầu tiên của một vòng lặp lịch sử mới, nghiệt ngã hay lý thú, ít nhiều tùy thuộc vào chính chúng ta.

Lần thứ hai trong lịch sử, nước Việt Nam lại ở trong hoàn cảnh phải đối mặt với thách thức hội nhập và thách thức của một cuộc cách mạng công nghệ mang tính bước ngoặt, khi đất nước đang có một thể chế chưa sẵn sàng hay không đủ khả năng để đối mặt với những thách thức này.

Cách đây hai thế kỷ Nhà Nguyễn đã phải đối mặt với thách thức hội nhập với thế giới phương Tây và cuộc cách mạng công nghệ lần thứ nhất.

Dù có bước khởi đầu hứa hẹn, các chúa Nguyễn (thế kỷ 17-18) từng có mô hình tổ chức nhà nước và quản trị kinh tế thương mại đầy sáng tạo, hội nhập thành công với thế giới bên ngoài, nhưng khi đã thống nhất được đất nước, họ cuối cùng lại chọn cách đóng cửa, và dứt khoát quay lại với thể chế thủ cựu theo mô hình của thiên triều Trung Hoa[1].

Có thể xem, việc thối lui này khởi đầu từ cái chết vua Gia Long (năm 1820) cùng với việc lên ngôi của vua Minh Mạng, và dấu mốc quan trọng có lẽ là sắc chỉ bách hại đạo lần đầu năm 1833 của chính Minh Mạng, vị vua mà theo nhà nhân chủng học văn hóa Pháp Georges Condominas là người "tuyệt đối theo Khổng giáo" và "với ông, thiên triều là nguồn mạch của mọi quy chiếu về văn hóa, chính trị cũng như đạo lý"[2].

Bây giờ, sau ba thập niên đổi mới, khi sự cởi trói về kinh tế đã đến mức tới hạn, đáng ra Việt Nam phải tiếp tục đổi mới thể chế chính trị, để mở ra những không gian mới giúp đất nước thích ứng với thách thức của nội tại nền kinh tế và của thời đại, thì với những dự luật như *An ninh mạng* hay *Đặc khu*, dường như các nhà lãnh đạo Việt Nam hiện nay cũng đã dứt khoát quay mặt về phía "thiên triều" của họ.

Có lẽ cũng giống như Minh Mạng khi xưa, họ một lần nữa coi thiên triều Trung Hoa của họ là nguồn mạch cảm hứng chính trị, kinh tế và tất nhiên cả văn hóa nữa. Và không chỉ lặp lại ở cách tìm cảm hứng về thể chế, mô hình quản trị đất nước, họ dường như cũng lặp lại cả ở xu hướng bóp nghẹt tự do, bóp nghẹt chí thú làm ăn, năng lực sáng tạo của người Việt, của doanh nhân bản xứ, hệt như những gì Nhà Nguyễn khi xưa đã làm khi phải đối mặt với thách thức đổi mới, cải tổ.

Họ lúc nào cũng tụng ca những bậc anh hùng như Nguyễn Trãi, Trần Hưng Đạo, nhưng lại luôn quên bẵng lời răn dạy của tiền nhân, "Khoan thư sức dân để làm kế bền gốc, sâu rễ, đó là thượng sách giữ nước."

Hãy đọc thử đoạn sau để xem có điều khủng khiếp gì khác nữa đang lặp lại, như một định mệnh trớ trêu của lịch sử.

"Đây không phải nói về Nhà nước hay ý thức hệ Trung Hoa, mà nói về một số nhóm cá nhân. Ngoài số di dân đóng vai trò chính trị hàng đầu ở miền Nam, một số phần tử khác ngày thêm đông ở những buổi loạn ly đã gây tác hại rất to lớn cho nền an ninh và kinh tế của xứ sở... Nhưng điều tỏ ra tai hại nhất cho nền kinh tế Việt Nam là sự phó mặc ngành thương nghiệp cho người Hoa, đó là một sai lầm từ cơ cấu sẽ ngăn cản mọi cố gắng muốn canh tân thực sự."

Đây là lời của G. Condominas nhận xét về phần Y. Tsuboi viết về người Hoa trong xã hội Việt Nam những năm 1847-1885, phần mà Condominas cho là Tsuboi đã viết một cách xác đáng. Tất nhiên, nó cũng có thể sẽ là lời bình xác đáng cho Việt Nam ngày nay, cho những gì đang diễn ra và sắp sửa diễn ra trong nền kinh tế – xã hội Việt Nam.

Với Nhà Nguyễn thì chúng ta đã biết, 51 năm sau sắc chỉ bách hại đạo đầu tiên, ngày 6 tháng 6 năm 1884, với Hòa ước Giáp Thân, Đại Nam chính thức trở thành thuộc địa của Pháp.

Còn chúng ta bây giờ thì sao?

[1] Xem thêm: Li Tana – Xứ Đàng Trong, lịch sử kinh tế – Xã hội Việt Nam thế kỷ 17-18).

[2] Xem thêm: Yoshiharu Tsuboi – Nước Đại Nam đối diện với Pháp và Trung Hoa (1847-1885)).

Nguồn gốc của sự xa cách và thù địch

***

Có một điều mà đến giờ có lẽ chúng ta cần phải nói thẳng với nhau rằng, sự xa cách (đôi khi là thù địch) giữa chính quyền và người dân hiện nay là hợp lôgic với sự vận hành của hệ thống chúng ta đang có.

Nhìn vào hệ thống hiện hành, chúng ta có thể thấy ngay một sự thật là các vị lãnh đạo (gồm cả các vị được gọi là đại biểu nhân dân) từ cấp trung ương đến cấp cơ sở được lựa chọn không phải bởi thành tích hay khả năng làm hài lòng người dân nơi các vị đó được bổ nhiệm hay lựa chọn.

Người dân không (hoặc có rất ít) tiếng nói trong việc lựa chọn người lãnh đạo hay đại diện cho mình để làm công việc quản lý, điều hành xã hội, từ cấp trung ương đến cơ sở.

Ai cũng có mối quan tâm hàng đầu là các lợi ích thiết thân, những người trong hệ thống cũng vậy, mối quan tâm hàng đầu của họ là những đối tượng có khả năng mang lại cho họ lợi ích (tiền bạc, chức tước, địa vị v.v.).

Và khi tiếng nói của người dân không (hoặc mang lại rất ít) lợi ích cho họ thì lẽ tất nhiên, họ không có lý do hay động lực gì để quan tâm đến người dân, đến việc làm hài lòng người dân.

Vì thế, thật hợp lý nếu những người trong hệ thống chính quyền từ cấp trung ương đến cơ sở thờ ơ với người dân, với việc giải quyết các rắc rối hay làm lợi cho người dân.

Thậm chí, nếu có vị nào đó trong hệ thống thực sự quan tâm chăm lo cho dân, sốt sắng giải quyết các vấn đề của người dân đặt ra, họ sẽ có nguy cơ gặp rắc rối với chính hệ thống của mình.

Với một chính quyền mà mối quan tâm và lợi ích của những người trong hệ thống của nó, từ cấp trung ương đến cấp cơ sở không gắn liền, thậm chí xung đột với lợi ích và mối quan tâm của người dân, thì chính quyền đó ngày càng xa cách với người dân là lẽ tất yếu.

Đến khi xung đột xuất hiện, do sự xa cách cố hữu, chính quyền và người dân sẽ rất khó có thể ngồi vào bàn đàm phán để đưa ra một thỏa ước.

Bởi vì, thỏa ước phải dựa trên vốn của sự thấu hiểu và niềm tin, nhưng sự xa cách tích tụ bây lâu đã bào mòn sự thấu hiểu và niềm tin này, nên trong đa số trường hợp họ sẽ khó có thể cùng nhau thương lượng để đi đến một thỏa ước hợp lý.

Mà đến khi đã không thể dùng lý lẽ để đàm phán thì như mọi kẻ mạnh khác (dù chỉ là nhất thời) chính quyền sẽ tất yếu sử dụng đến lý lẽ của đàn áp và bạo lực.

Đó chính là lúc chính quyền và người dân ở vào thế thù địch.

Và điều nghiệt ngã là, sự thù địch thì chỉ nuôi dưỡng cho sự thù địch mà thôi.

Tít mù rồi lại vòng quanh

***

Vụ gian lận thi cử nghiêm trọng trong kỳ thi tốt nghiệp Trung học phổ thông Quốc gia 2018* đang dần được đưa trở lại thành một chủ đề tranh cãi vòng quanh, vốn đã diễn ra và lặp đi lặp lại bao năm nay.

Cứ như vậy, thật không khó để dự đoán là sẽ chẳng có gì thay đổi, mọi sự ồn ào bây giờ sẽ sớm lắng xuống, và giáo dục sẽ lại trở lại với những vấn đề xưa cũ của nó.

Xin được liệt kê ngay bốn vấn nạn tôi cho là căn bản của giáo dục hiện nay:

(1) Lương giáo viên THẤP, từ cấp mầm non đến cấp đại học.

(2) Nhà giáo bị đối xử BẤT CÔNG, thậm chí COI KHINH từ chính những người quản lý, lãnh đạo mình bằng việc thao túng: hợp đồng, biên chế; bằng cách thức quản lý mang nặng tính áp đặt, giáo điều, từ cấp trung ương đến cấp cơ sở.

(3) Sách giáo khoa, chương trình học, phương pháp giảng dạy LẠC HẬU, từ bậc mầm non đến bậc đại học.

(4) Chất lượng đào tạo cao đẳng – đại học DƯỚI CHUẨN. Sinh viên ra trường vừa không đủ kỹ năng nghề nghiệp để đáp ứng yêu cầu của thị trường lao động, vừa thiếu các kỹ năng mềm cần thiết để hội nhập xã hội.

Đây đều là những vấn nạn đã được nêu ra từ nhiều năm nay, và đều chưa có giải pháp căn cơ để tháo gỡ.

Tôi không nói đến các vấn nạn như: gian lận thi cử, chạy trường, chạy điểm, sức ép học hành... vì những vấn nạn này thực ra chỉ là một phần hệ quả, trong số vô vàn hệ quả phát sinh từ bốn vấn nạn căn bản kể trên.

Theo tôi, khi chưa giải quyết rốt ráo được bốn vấn nạn căn bản trên thì những chuyện như gian lận thi cử ở kỳ thi Trung học phổ thông quốc gia vừa qua sẽ tiếp tục, dù có thể dưới hình thức khác, vì khi gốc rễ của nó vẫn còn thì gian lận thi cử sẽ như đầu Phạm Nhan, chặt đầu này sẽ mọc ra đầu khác.

Nhưng để giải quyết được bốn vấn nạn trên thì có lẽ lại phải bắt đầu bằng việc giải quyết vấn nạn khác, có thể gọi là vấn nạn gốc của giáo dục, đó là sự quan liêu, lạc hậu trong bộ máy tổ chức và quản lý giáo dục từ cấp Bộ ở trung ương đến cấp Sở – Phòng ở địa phương.

Cải tổ bộ máy tổ chức và quản lý giáo dục từ cấp Bộ đến cấp Sở – Phòng thật đáng ngạc nhiên lại chưa từng được đặt ra thành vấn đề và thảo luận một cách nghiêm túc cho đến bây giờ.

Hãy thử tìm hiểu cách thức chọn lựa và bổ nhiệm hiệu trưởng một trường mầm non, tiểu học, cấp hai, cấp ba, thậm chí là đại học (tất nhiên trong hệ thống công lập).

Hãy thử tìm hiểu cách thức chọn lựa và bổ nhiệm một lãnh đạo cấp Cục – Vụ, hay cấp Sở – Phòng giáo dục.

Các bạn có thể sẽ thấy và hiểu được quyền hành cùng với đó là lợi lộc của những người trong bộ máy quản lý giáo dục hiện nay ghê gớm đến như thế nào. Và lẽ tất nhiên, để duy trì những quyền hành – lợi lộc đó, mọi nỗ lực cải cách giáo dục đích thực sẽ bị vô hiệu hóa từ trứng nước.

Cá nhân tôi tin rằng, nếu giáo dục cứ tiếp tục giữ bộ máy tổ chức và quản lý quan liêu – lạc hậu như hiện nay, bốn vấn nạn giáo dục kể trên cũng như hàng loạt vấn nạn, hệ lụy khác sẽ không bao giờ có thể được giải quyết rốt ráo.

Nhưng điều trớ trêu là sự quan liêu và lạc hậu của bộ máy giáo dục lại xuất phát chính từ sự lạc hậu chung của thể chế và bộ máy quản trị quốc gia hiện nay, vì thế, để có thể thực sự cải tổ được bộ máy giáo dục thì có lẽ giáo dục phải được coi là một đặc khu để thử nghiệm thể chế, thử nghiệm phương thức tổ chức và quản lý mới, khác hẳn với mô hình quan liêu – lạc hậu chung đang tồn tại.

(*) Vụ gian lận thi 2018 (hay còn gọi là Vụ gian lận thi Trung học phổ thông Quốc gia 2018) là vụ sai phạm trong công tác tổ chức, chấm thi ở Kỳ thi trung học phổ thông Quốc gia năm 2018. Vụ việc liên quan đến hàng loạt bài thi của thí sinh được nâng điểm ở các tỉnh Hà Giang, Sơn La, Hòa Bình. Vụ gian lận này được cho là nghiêm trọng nhất từ xưa đến nay, sau nhiều năm Bộ Giáo dục và Đào tạo tổ chức các kỳ thi tuyển sinh và Trung học phổ thông Quốc gia. Trong quá trình điều tra, 19 cán bộ ngành giáo dục bị bắt tạm giam. Có tới 347 bài thi của 222 thí sinh bị can thiệp điểm.

Của báu của họ

***

Bạn thử tưởng tượng, một tối mùa đông miền Bắc, khi ngoài trời mưa gió sụt sùi, bạn ngồi thong thả bên ấm trà nóng chuyện trò cùng với một chàng công tử quý tộc Pháp, trí tuệ uyên bác và đầy nhiệt huyết say mê. Nghe chàng kể về chuyến viễn du đến vùng tân thế giới, những điều thú vị mà chàng đã thấy, những ấn tượng sâu sắc, những điều khiến chàng trầm tư và nhất là viễn tượng khiến chàng xao xuyến tâm hồn khi nghĩ đến khả năng về một nền dân trị hiện đại cho đất nước chàng*.

Khi đó, bạn có thể nghe thấy những lời như thế này.

"Du khách đến gần ngôi nhà lúc chiều buông, từ xa đã thấy ánh lửa bếp lò qua những khe tường. Và ban đêm nếu gió nổi lên du khách nghe tiếng mái lá rung rào rào cùng với cây rừng. Ai mà chẳng nghĩ, cái túp lều tội nghiệp đó phải là nơi trú ngụ của thô bạo và ngu tối? Thế mà, ta chớ nên đánh đồng phẩm chất kẻ tiên phong với căn lều hắn đang tạm trú. Mọi thứ đều nguyên sơ và hoang dại quanh anh ta, nhưng con người anh ta lại là sản phẩm của mười tám thế kỷ lao động và trải nghiệm. Anh ta mặc quần áo dân thị thành, nói ngôn ngữ dân thành thị. Anh ta biết rõ quá khứ, tò mò về tương lai, và đang biện luận về thời hiện tại. Đó là một con người rất văn minh đang chịu đựng một cuộc sống giữa rừng, và anh ta dấn sâu vào hoang mạc trên tay có Thánh kinh, cây rìu và *những tờ báo*."

Chàng công tử quý tộc Pháp đó là Alexis de Tocqueville (1805-1859), người có chuyến viễn du gần một năm dòng đến Hoa Kỳ (từ tháng 4 năm 1831 đến tháng 3 năm 1832) với nhiệm vụ được giao là nghiên cứu về hệ thống thi hành án Hoa Kỳ, nhưng cuối cùng chàng lại biến nó thành cơ hội để tìm hiểu toàn diện về hệ thống chính trị và xã hội Hoa Kỳ và viết nên tác phẩm lừng danh *De la Démocratie en Amérique* – tên bản dịch tiếng Việt của dịch giả Phạm Toàn là *Nền dân trị Mỹ*.

Đoạn trên được trích nguyên văn từ tác phẩm này, đây là đoạn Tocqueville mô tả về những cư dân ở cực xa nhất của nhà nước Mỹ (thế kỷ 19), chốn tiếp giáp giữa văn minh và hoang mạc, nơi sinh sống của những cư dân phiêu lưu, những kẻ đi tiên phong khai hoang mở đất.

Về *"những tờ báo"* Tocqueville cước chú thêm: "Tôi đã đi dọc một phần biên thùy Hoa Kỳ trên một thứ xe càng không mui gọi là xe trạm. Chúng tôi phóng suốt ngày đêm trên những con đường mới mở giữa rừng cây xanh. Khi trời tối mịt, bác đánh xe đốt đuốc bằng gỗ cây tùng và chúng tôi tiếp tục đi dưới ánh lửa ấy. Lúc lại gặp một ngôi nhà tranh giữa rừng: đó là trạm nghỉ của *bưu điện*. Người đưa thư vứt một đống thư to tướng trước cửa, rồi chúng tôi lại tiếp tục phi nước đại, để cho người dân sống quanh đó tự họ đến nhặt lấy *của báu của họ*."

"CỦA BÁU CỦA HỌ" đó là thư từ, sách báo, tạp chí mới nhất được xuất bản ở châu Âu thời điểm đó.

Tocqueville rất quan tâm và đánh giá cao vai trò của tri thức trong việc tạo nên và duy trì một nền dân trị bền vững. Trong một đoạn khác ông nhắc lại điều này khi mô tả về cuộc sống của những gia đình Hoa Kỳ đầu tiên đi khai khẩn miền Tây mà ông có dịp ghé thăm.

Họ sống trong những ngôi nhà nhỏ đơn sơ (thậm chí có thể gọi là những túp lều) dựng bên bìa rừng. Ngày ngày, trong khi các ông chồng đi ủng cao, nai nịt gọn gàng, vác dao vác rìu vào bìa rừng cạnh nhà khai khẩn đất hoang thì các bà vợ ở nhà làm công việc nội trợ và chăm con. Nhưng điều đặc biệt, trong những ngôi nhà đơn sơ của họ, ở đâu ta cũng có thể dễ dàng tìm thấy những cuốn sách của William Shakespeare, của Jane Austen, của Voltaire, John Locke, và tất nhiên, cả những số tạp chí mới nhất vừa xuất bản ở châu Âu.

Theo Tocqueville, ở Hoa Kỳ thế kỷ 19, nơi đâu có người dân đến sinh sống thì hệ thống bưu điện lập tức vươn tới đó. Cung cấp thư từ sách báo kịp thời chính là cách giúp người Hoa Kỳ duy trì "nguồn sáng tri thức" và sự chuyển động "trí tuệ lớn lao" khắp đất nước, và bằng cách đó người Hoa Kỳ không chỉ duy trì nền dân chủ mà họ còn không ngừng nghỉ làm công việc "khai sáng tinh thần con người"..

Tất nhiên, câu chuyện về của báu tri thức ở trên chỉ là phần rất rất nhỏ trong vô vàn những điều thú vị khác mà các bạn có thể tìm thấy trong tác phẩm dày hơn 800 trang tiếng Việt này. Nhưng, tôi đã cố tình chọn một chi tiết rất rất nhỏ này trong toàn bộ tác phẩm đồ sộ của Tocqueville vì một thực tế mà có lẽ tất cả chúng ta đều ít nhiều nhận ra, ở nước ta bây giờ, cái *của báu* tri thức sách vở vẫn còn bị dửng dưng, thậm chí bị xem thường lắm lắm.

Có thể lấy luôn cuốn *Nền dân trị Mỹ* mà tôi có trong tay làm minh chứng. Đây là bản in lần thứ 3, năm 2012, với số lượng in vỏn vẹn 500 cuốn. Và theo tôi được biết, trường hợp của *Nền dân trị Mỹ* không phải là cá biệt. Lượng in ít ỏi cũng là số phận chung của những cuốn sách được xem là kinh điển, là của báu trong kho tàng tri thức nhân loại đã được dịch và xuất bản ở nước ta.

(*) Đọc "Nền dân trị Mỹ" của Alexis de Tocqueville.

Một dấu chấm thiêng liêng

***

Khi nhà thơ nuôi ong thì anh ta sẽ không chỉ lấy mật, mà có thể còn tiện tay lấy luôn Nobel Văn chương, đó là trường hợp của Maurice Maeterlinck*.

Một buổi sớm mai, trên đồng cỏ khô hay nơi bìa rừng thanh vắng, khi ta thấy một nàng ong chúa bay vút lên cao, về phía những tia nắng mặt trời rạo rực, thì ta có thể đoán chắc rằng, liền sau nàng sẽ có hàng ngàn chàng ong đực bám đuổi theo.

Đó là khúc dạo đầu cho một buổi hôn phối tưng bừng và bi tráng.

Sẽ có một và chỉ một chàng ong đực trong số hàng nghìn ứng cử viên đang nô nức tham gia vào cuộc thi "kén phò mã" này được nàng ong chúa chọn lựa để thực hiện sứ mệnh thiêng liêng: duy trì giống nòi.

Kẻ được chọn, tất nhiên, là kẻ chiến thắng huy hoàng trong con mắt những địch thủ đã ra sức tranh đua với nó, dù tất cả đều biết, cái giá phải trả cho vinh quang chiến thắng không hề rẻ. Con đực được chọn sẽ phải trả giá bằng chính mạng sống của nó ngay sau khi cuộc giao hoan với ong chúa kết thúc.

Tuy nhiên, số phận của những kẻ bại trận còn hẩm hiu hơn.

Nếu trước thời khắc của buổi hôn phối từng bừng này, những con ong đực được nuôi nấng, cung phụng như những ông hoàng trong tổ ong, thì chỉ một hai ngày sau khi ong chúa được thụ tinh, những ông hoàng lêu lổng sẽ lập tức bị xua đuổi ra khỏi tổ và bỏ đói cho đến chết.

Người ta vẫn thường trầm trồ thán phục về sự cần mẫn, tính kỷ luật của những chú ong khi tạo nên những dòng mật ngọt hay những cấu trúc tổ tuyệt vời tinh vi, thì họ có thể sẽ hết sức ngạc nhiên khi biết đến sự phung phí đến mức phi lý của những con ong trong công việc duy trì nòi giống.

Để chọn được một con ong duy nhất giao phối với nàng ong chúa thì trước đó tổ ong đã phải nuôi báo cô cả ngàn con ong đực, và hơn thế, sau cuộc giao phối của ong chúa, những con ong đực này sẽ lập tức bị tổ ong loại bỏ như những kẻ thối tha vô dụng.

Đó là cách những con ong tổ chức cộng đồng, cũng như duy trì nòi giống từ hàng ngàn đời nay.

Nhưng tất nhiên, chúng ta không thể đơn giản mang lý lẽ của con người để phán xét về "sự phung phí" hay "phi lý" trong cách thức tổ chức và duy trì đời sống của xã hội loài ong.

Maurice Maeterlinck thật có lý khi đặt giả tưởng: nếu có một giống loài khổng lồ nào đó trong vũ trụ quan sát con người chúng ta như cách chúng ta quan sát loài ong, thì có lẽ họ cũng sẽ thấy những sự hoang phí và phi lý như vậy trong cách thức con người chúng ta đang tổ chức đời sống xã hội của mình.

Nhưng mặc cho bất công, phi lý hay hoang phí đến đâu thì chúng ta – những con người sống trên thế gian này cũng không bao giờ dễ dàng chấp nhận sống một cuộc đời tối tăm vô nghĩa, và loài ong cũng vậy, mỗi con ong dù ở vị trí nào trong xã hội loài ong cũng đều tận tâm tận lực thực hiện trọn vẹn sứ mệnh cuộc đời mà nó được giao phó.

Dù đó là cuộc đời bận bịu của chú ong thợ cần mẫn đi hết bông hoa này đến bông hoa khác kiếm mật – xây tổ, hay cuộc đời hẩm hiu của chàng ong đực thất bại – làm kép phụ trong vở diễn duy trì giống nòi, được sinh ra và nuôi nấng chỉ để cuối cùng bị đẩy khỏi tổ và chết rũ trong cô đơn như một kẻ thối tha vô dụng, thì tất cả đều đã âm thầm tận tâm đóng góp một dấu chấm thiêng liêng không thể thay thế trong lịch sử sinh tồn của giống loài mình.

(*) Đọc sách "Đời ong" của Maurice Maeterlinck.

Diễn ngôn của chúng ta

***

Trong những ngày ngồn ngộn thông tin "củi-lò" này tôi lại bị ám ảnh bởi sự kiện, đó là: 13 trưởng – phó phòng, ban của báo *Thanh Niên* bị buộc thôi chức vì không phải là đảng viên.

Tôi không thể dửng dưng với tin này, dù tôi vốn biết rõ, như nhận xét của một nhà báo kỳ cựu, rằng: quy định trưởng-phó cấp phòng ban tại các báo phải là đảng viên đã có từ lâu, chẳng qua báo *Thanh Niên* trước giờ lỏng tay nay siết lại mà thôi.

Nhưng, câu hỏi nên được đặt ra là: "Quy định này có chính đáng hay không?"

Tại sao trong khi tất cả chúng ta cùng phải nộp thuế và thực hiện mọi nghĩa vụ khác với đất nước như nhau thì lại có những người được hưởng đặc quyền đặc lợi đương nhiên chỉ vì anh ta đứng trong một nhóm nhỏ nào đó?

Tôi không tin ở báo *Thanh Niên*, chỉ những đảng viên mới là những người có đóng góp, có năng lực để xứng đáng ngồi vào các vị trí quản lý của báo.

Cũng như thế, tôi không tin trên đất nước chúng ta chỉ có những đảng viên mới là những người có đủ uy tín và năng lực để xứng đáng giữ các vị trí lãnh đạo đất nước.

Tại sao anh không thể là bộ trưởng, không thể là thủ tướng chỉ vì anh không phải là đảng viên?

Một lần nữa, câu hỏi nên được đặt ra là: "Điều này có chính đáng hay không?"

Đúng thế, "tính chính đáng" là một loại diễn ngôn mà theo tôi chúng ta cần phải biết và cần phải đòi hỏi được thực thi.

Khi câu hỏi về tính chính đáng được đặt ra thường xuyên, chúng ta có thể sẽ nhận ra vô số những điều bất công, vô lý đang diễn ra xung quanh mình. Chúng ta có thể sẽ nhận rõ rằng, có những quyền đương nhiên của chúng ta đang bị tước đoạt trắng trợn.

Tuy, có thể chúng ta cũng sớm nhận ra, thực tế này khó lòng thay đổi một sớm một chiều, thì chúng ta cũng sẽ không bao giờ quên, điều này phải thay đổi, và đó là nghĩa vụ của chúng ta.

Trong khi tạo ra các diễn ngôn mới thì theo tôi, chúng ta cũng đồng thời phải biết cách loại bỏ các diễn ngôn cũ của lũ đầy tớ bóng tối. Củi-lò, bí mật cung đình, âm mưu phe nhóm... là những loại diễn ngôn như vậy. Không phải bất cứ thứ gì gợi sự tò mò, hứng thú đều có giá trị và đáng để chúng ta quan tâm, mặt khác, rất thường xuyên, đó là những cạm bẫy mà bầy quỷ sứ giăng ra để lừa mị chúng ta rơi vào. Hãy mặc xác lũ quỷ ám với trò chơi bóng tối của chúng, đó có thể là cách chúng ta loại bỏ chúng hữu hiệu nhất.

Nếu chính quyền là của dân

***

Nếu chính quyền là của dân, sẽ có một vị lãnh đạo nào đó, Thủ tướng chẳng hạn, đến Long An* ngay trong ngày 2 tháng 1 năm 2019, tuyên bố thảm họa, cúi đầu xin lỗi người dân. Và cũng ngay trong tối qua, sẽ triệu tập các quan chức, sẽ mời các chuyên gia đầu ngành liên quan cùng ngồi lại mổ xẻ vụ việc, tìm các biện pháp khẩn cấp và căn cơ để "không bao giờ những thảm họa như thế được phép xảy ra một lần nữa".

(1) Vị lãnh đạo này có thể sẽ yêu cầu: Rà soát lại toàn bộ các tuyến quốc lộ, đặc biệt những đoạn hiện là đường hỗn hợp có nguy cơ cao, trước mắt phân làn lại, có làn riêng dành cho những người đi xe máy, sau đó đưa ra lộ trình dài hơi nâng cấp, mở rộng.

(2) Vị lãnh đạo này có thể sẽ yêu cầu: Rà soát lại toàn bộ các quy định pháp luật để làm sao những hành vi vi phạm an toàn giao thông phải bị xử lý thật nghiêm khắc để không còn ai dám khinh lờn luật nữa.

(3) Vị lãnh đạo này có thể sẽ đặt câu hỏi: Tại sao người dân vẫn phải sử dụng xe máy di chuyển trên các tuyến quốc lộ? Tại sao họ không lựa chọn các phương tiện công cộng, chẳng hạn như xe buýt, metro? Có phải vì các phương tiện công cộng còn thiếu, còn bất tiện, còn kém tiện nghi?

(4) Vị lãnh đạo này có thể sẽ đặt vấn đề xa hơn: Tại sao ai cũng biết sử dụng xe máy thiếu an toàn hơn hẳn ôtô mà

người dân lại cứ chọn xe máy? Có phải vì giá cả và chi phí lăn bánh cho một chiếc ôtô đang quá cao không? Tại sao giá một chiếc Honda Brio ở Indonesia chỉ khoảng 9.100 – 12.500 USD (200-300 triệu đồng), mà về đến Việt Nam lại đội giá lên 400-500 triệu đồng? Liệu có cách nào để người Việt được sở hữu ôtô giá rẻ như người dân các nước láng giềng, để người dân Việt được tham gia giao thông an toàn, tiện nghi hơn không?

Vị lãnh đạo đó, chắc đêm qua sẽ mất ngủ, và sẽ còn nhiều đêm mất ngủ nữa, không chỉ vì lương tâm của bản thân ông/bà ấy, mà còn vì sức ép của công luận khiến ông/bà ấy không thể nào bàng quan, làm ngơ hay ở vị thế vô can với một thảm họa ghê gớm như vậy.

Tôi hiểu, bản chất quyền lực của nhà nước là do từng người dân và toàn thể nhân dân cùng đồng thuận chia sẻ một phần quyền tự nhiên (vốn có) của họ, chọn ra một nhóm người đại diện, tổ chức nên một thiết chế (gọi là nhà nước) để đảm bảo sự an toàn, tự do, công bằng cho từng người và tất cả mọi người.

Quyền nhân dân vì thế là tối thượng. Nhà nước vì thế là nhà nước của dân.

Nhà nước vì thế có nghĩa vụ tất yếu phải phục vụ từng người dân và toàn thể nhân dân.

Nhà nước vì thế có nghĩa vụ tất yếu phải đáp ứng mỗi yêu sách và mọi yêu sách chính đáng của từng người dân và toàn thể nhân dân.

Nếu vì bất cứ lý do nào những điều này không tồn tại trong thực tế thì chỉ có thể hiểu rằng: nhà nước đó không phải là nhà nước của nhân dân, chính quyền đó không phải là chính quyền của nhân dân.

(*) Ngày 2 tháng 1 năm 2019, tài xế Phạm Thành Hiếu (32 tuổi, quê Long An) lái xe đầu kéo chở hai thùng container gạo từ Long An về thành phố Hồ Chí Minh. Đến ngã tư Bình Nhựt trên Quốc lộ 1A, đoạn gần cầu Bến Lức, xe lách qua một xe tải phía trước rồi tông hàng loạt xe máy đang dừng đèn đỏ. Chiếc container chạy tới cuốn nhiều xe máy khác vào gầm, kéo đi khoảng 150 m mới dừng lại. Tai nạn làm 4 người tử vong, gần 20 người bị thương, 21 xe máy biến dạng.

Lựa chọn của chúng ta

***

Vậy là chúng ta đã bước đến những năm cuối cùng của thập kỷ thứ hai của thế kỷ 21. Chúng ta đang có mặt ở đây, cùng nhau trong những tháng ngày đầu tiên của năm 2019.

Xin ngưng lại giây lát.

Hãy để trí tưởng tượng quay về thời điểm cách nay một thế kỷ. Những năm 1920. Khi đó trên bản đồ thế giới chúng ta vẫn là một nước thuộc địa chịu sự chiếm đóng, khai thác, bóc lột của thế lực ngoại bang.

Bây giờ. Một thế kỷ sau. Hoàn cảnh đã khác. Thế lực chiếm đóng, khai thác, bóc lột nay cũng đã đổi khác. Nhưng những nan đề cho mỗi cá nhân, mỗi gia đình và cả dân tộc Việt Nam, trớ trêu thay, ở những nét căn bản vẫn không khác là bao so với một thế kỷ trước.

Năm rồi tôi thật vui khi được biết về hai người: một người dành tâm huyết cho việc hiện đại hóa nền tư pháp; một người dành tâm huyết cho mục tiêu nâng cao chất lượng nền giáo dục công.

Cả hai người họ, theo quan sát của tôi, đều làm việc một cách quyết liệt, bền bỉ và âm thầm. Sự âm thầm trong trường hợp này lại càng cho thấy tâm huyết lớn lao và tư cách cao quý của họ.

Hai người đó. Như mỗi chúng ta, họ cũng có gia đình riêng, cũng có những mối lo toan riêng cho bản thân.

Hai người đó. Công việc mà họ theo đuổi, đương nhiên, cũng có phần để thỏa mãn cho lợi ích riêng tư. Nhưng điều đáng nói ở đây là họ luôn làm vượt quá phần thỏa mãn lợi ích riêng tư này. Họ luôn làm vượt quá sự tư lợi cá nhân đơn thuần để tạo ra một phần thặng dư, có khi lớn hơn gấp bội phần căn bản vì lợi ích riêng tư, đó là phần thặng dư phụng sự cho cộng đồng, cho lợi ích và sự tiến bộ của cộng đồng xã hội.

Thật kỳ lạ, tôi nghĩ rằng, chúng ta, bây giờ và ở đây, là những kẻ ít nhiều may mắn.

Chính trong đêm đen của sự tàn mạt suy đồi ngày nay, một que diêm đốt lên cũng có thể biến thành ngọn lửa, thành nguồn sáng xanh hy vọng. Trong khi ở những hoàn cảnh khác, ở thời đại khác, nó có thể sẽ bị tan nhòa ngay lập tức mà không để lại dấu vết nào như một hạt muối cô đơn thả vào biển khơi vô tận.

Ở một hoàn cảnh khác, một thời đại khác, những mục tiêu như cải cách tư pháp hay nâng cao chất lượng giáo dục công có thể sẽ mơ hồ, thậm chí có rất ít giá trị. Nhưng ở hoàn cảnh nước ta hiện nay, ở thời của chúng ta bây giờ, đó là những mục tiêu vô cùng đáng giá để theo đuổi.

Ở một hoàn cảnh khác, một thời đại khác, riêng việc tìm ý nghĩa cho cuộc tồn sinh hữu hạn trong cuộc đời mỗi con người đã là khó. Thế mà, với chúng ta ngày nay, chưa bao giờ công việc phụng sự cộng đồng lại dễ dàng đến thế. Chưa bao giờ những ý tưởng, những thử nghiệm có thể góp phần kiến tạo tương lai đất nước lại dễ dàng được đón nhận, dễ dàng được đem ra thực thi đến thế.

Sau tròn một thế kỷ, thật trớ trêu, chúng ta bây giờ lại có một thế hệ phải thao thức với những đòi hỏi căn bản: cho quyền con người, cho công lý – tự do, cho một nhà nước dân chủ thực sự đại diện cho ý chí và nguyện vọng của nhân dân, thực sự phụng sự các lợi ích và mối quan tâm của người dân.

Đó là điều bi ai của dân tộc chúng ta. Nhưng với riêng mỗi chúng ta, những người Việt Nam bây giờ, thì đó có thể xem là cơ hội. Cơ hội để đổi thay.

Trong đêm đen của sự tàn mạt, ta có cảm tưởng bất cứ nơi nào ta cũng có thể, và cũng cần ta thả vào những hạt giống mới cho mầm nụ tương lai.

Vấn đề còn lại là của chúng ta. Là ở sự lựa chọn của mỗi chúng ta mà thôi.

Về sự can dự

***

Hãy cho tôi biết các mối quan tâm của bạn. Tôi sẽ nói cho bạn biết, bạn đáng giá bao nhiêu.

Ngoài các mối quan tâm dành cho sự tồn sinh và các lợi ích thiết thân, chúng ta, trong cuộc đời của mình, thực ra có rất ít mối quan tâm khác đúng nghĩa.

Nhưng một khi đã dám vượt qua khỏi cái cá nhân nhỏ nhoi của lợi ích thiết thân, đẩy mối quan tâm đến những địa hạt khác thuộc về thế giới tha nhân, thì khi đó không chỉ là ta đã tự trao cho mình cơ hội thúc đẩy sự triển hạn của bản thân đến những tầm mức ta chưa từng biết đến, mà thậm chí có thể chính bước chân can đảm vượt ra ngoài cái cá nhân nhỏ nhoi đó đã đưa ta vào con đường chính đạo, để duy trì-bảo lưu-và vun bồi cho nhân tính của bản thân.

Tuy nhiên, cái khó của việc mở rộng các mối quan tâm đến những địa hạt khác bên ngoài sự tự tư tự lợi cá nhân không nằm ở ý chí chủ quan hay sự ước định mang tính tuyên ngôn hùng biện. Khó khăn đích thực của việc mở rộng mối quan tâm của một cá nhân đến khu vực khác bên ngoài phạm vi tư lợi của anh ta nằm ở sự can dự.

Sự can dự vừa là điều kiện tiên quyết, vừa là sự bảo chứng thực tiễn cho mối quan tâm đúng nghĩa của anh ta. Anh không thể nói rằng anh quan tâm đến điều gì đó trong khi anh không hề can dự hoặc nhất quyết từ chối can dự vào nó. Ngược lại, anh cũng không thể nói rằng mình không quan tâm đến điều gì đó trong khi thực tế anh đang can dự, thậm chí can dự sâu sắc vào nó.

Nhưng bước vào sự can dự tức là bước vào sự mạo hiểm. Sự mạo hiểm dấn thân. Sự mạo hiểm dấn thân này lại càng được đặt thành vấn đề bức thiết hơn khi ta đặt ra câu hỏi: có đáng không?

Có đáng để ta can dự vào không? Có đáng để ta đẩy mình vào một cuộc mạo hiểm của sự dấn thân đó không? Có đáng không, nhất là khi điều đó có thể không những không mang lại cho ta bất cứ ích lợi nào, thậm chí ngược lại có thể làm tổn hại nghiêm trọng đến lợi ích thiết thân vốn có của ta?

Không có câu trả lời nhất quyết trong trường hợp này. Đáp án thuộc về mỗi cá nhân, thuộc về sự lựa chọn của mỗi cá nhân. Nhưng khi đã đưa ra lựa chọn của cá nhân mình thì tức là anh sẽ phải chịu trách nhiệm đạo đức cho lựa chọn đó.

Là chúng ta, nhân dân hoan hỉ

***

Lẽ thường một con giòi cũng có thể mặc áo vest, ngồi ngôi cao và nói lời nhân đức. Lẽ thường, bất cứ xã hội nào cũng có thể có một vài con giòi khoác được áo vest, chiếm được ngôi cao và đi rao giảng lời nhân đức. Sở dĩ có chuyện này là do khiếm khuyết của hệ thống, mà hệ thống nào thì cũng có khiếm khuyết cả. Thế nhưng, một xã hội mà đại đa số những kẻ ngồi ngôi cao và nói lời nhân đức kỳ thực chỉ là những con giòi thối tha trong bộ vest đắt tiền thì hệ thống tổ chức vận hành xã hội đó thực đã hỏng hẳn rồi.

Mọi sự ở đời đều có căn cớ của nó. Những vị "thượng tọa", những bậc "đại đức" bị lộ mới đây không phải từ trên trời rơi xuống. Không phải bỗng dưng một ngày họ hiện ra trước mắt chúng ta như những kẻ suy đồi, mạt hạng bậc nhất. Những Vũ "Nhôm", những Đinh La Thăng cũng không phải từ trên trời rơi xuống. Không phải bỗng dưng một ngày họ hiện ra trước mắt chúng ta như những tên tội phạm đáng khinh bỉ nhất hạng.

Không. Những kẻ đó vốn đã và đang tồn tại trong lòng xã hội của chúng ta. Chúng là sản phẩm điển hình và tất yếu của xã hội chúng ta. Chúng sinh ra và được dung dưỡng từ chính cách thức tổ chức và vận hành của xã hội chúng ta. Chúng không phải là sản phẩm lỗi. Không. Tuyệt đối KHÔNG.

Ngược lại, chúng chính là hiện thân hoàn hảo của hệ thống tổ chức xã hội mà chúng ta đang có.

Trong hệ thống hiện hành, chúng là phe đa số. Chúng không phải e ngại hay cảm thấy xấu hổ về những điều thối tha bỉ ổi chúng làm. Chúng luôn có thừa người ủng hộ. Và hơn ai hết chúng hiểu, những kẻ trong hệ thống đang phán xét hay rủa sả chúng cũng thối tha bỉ ổi chẳng kém gì chúng (thậm chí còn hơn). Chúng hiểu rõ, đơn giản chỉ là chúng kém may mắn hơn bọn kia thôi.

Ở chiều ngược lại, tất nhiên, những đồng bọn chưa bị lộ của chúng cũng không có gì phải xấu hổ hay sợ hãi cả, dù hình phạt giáng xuống đầu những kẻ đã bị lộ ra sao. Chúng luôn là phe đa số. Chúng luôn có thừa người ủng hộ. Và cũng như bọn kia, chúng hiểu rõ, chỉ số ít (rất ít) kém may mắn mới sớm bị lộ mà thôi, trong khi đó miếng mồi trước mắt thì lại quá béo bở. Thế nên, trong một cuộc chơi mà rủi ro thấp hơn nhiều so với cơ hội thì thật hợp lý khi tất cả bọn chúng đều tự tin xuống tay đặt cược.

Cuối cùng chỉ có chúng ta lụn bại. Cuối cùng, phải giơ đầu chịu báng cho tất cả những thứ thối tha bỉ ổi chúng gây ra vẫn chỉ là chúng ta, nhân dân hoan hỉ.

Lựa chọn một thái độ

***

Trong tình huống khẩn cấp khi bị một con chó hung dữ tấn công thì khúc gỗ mục trong tay có thể là vật hữu ích, nhưng khi đã đuổi được kẻ tấn công nguy hiểm đi rồi mà lại lầm tưởng rằng khúc gỗ mục ấy có thể cũng hữu dụng để đóng đồ thì đó lại là một sai lầm tai hại.

Giá trị của khúc gỗ mục trong tình huống trước nằm ngoài chức năng gỗ của nó, còn ở chức năng cốt yếu là gỗ, khúc gỗ mục chỉ là thứ hư hỏng, thứ buộc phải bị thải loại.

Tôi vẫn cho rằng, đất nước (tính chung cả hai miền Nam – Bắc) đang lần thứ hai đứng trước cơ hội hiện đại hóa, sau cơ hội đã bị vuột mất lần đầu tiên, giai đoạn 1930 – 1945.

Ở giai đoạn 1930 – 1945, chúng ta đã có cơ hội để hiện đại hóa văn hóa – giáo dục, đã có cơ hội để du nhập hình thức nhà nước dân chủ tự do hiện đại của phương Tây, nhưng chúng ta đã bỏ lỡ.

Cơ hội bị vuột mất này, một ngày nào đó sẽ được các nhà nghiên cứu mang ra phân tích, mổ xẻ một cách tường minh và toàn diện, ở đây tôi chỉ muốn đề cập đến một khía cạnh nhỏ, đó là khía cạnh lựa chọn thái độ.

Cụ thể là thái độ của những người trí thức, những vị chính khách, những bậc yếu nhân có ảnh hưởng, hay thậm chí nắm giữ vai trò quyết định có thể thay đổi vận mệnh đất nước ở thời điểm đó.

Tôi vẫn nghĩ rằng, nếu ở thời điểm đó những người sớm nhận ra hiểm họa cộng sản có một thái độ dứt khoát hơn, hành động kiên quyết hơn, có thể đất nước của chúng ta đã đi vào một con đường khác.

Tất nhiên, lịch sử không có chữ "nếu", và tất nhiên đây cũng chỉ là cảm nhận chủ quan của tôi khi tiếp cận với những sử liệu (chắc chắn không đầy đủ) liên quan đến giai đoạn này.

Nhưng cũng chính vì không thể nói "nếu" với lịch sử, nên điều này lại càng ám ảnh tôi, nhất là ở thời điểm hiện nay, khi những khúc quanh của lịch sử một lần nữa dường như lại đòi hỏi chúng ta phải lựa chọn một thái độ đúng đắn và dứt khoát.

Đó là thái độ dứt khoát đối với giới tư bản thân hữu đang ngày đêm thao túng, lũng đoạn và hủy hoại nền kinh tế nước nhà.

Đúng thế, tôi nhìn nhận, hiểm họa lớn nhất sẽ tàn phá lâu dài và toàn diện đất nước của chúng ta ở thời điểm này chính là hiểm họa từ giới tư bản thân hữu.

Những tên trọc phú, những gã tài phiệt, vì mục tiêu lợi nhuận khôn cùng của chúng, chắc chắn sẽ không ngại ngần ra tay lũng đoạn chính sách – pháp luật, hủy hoại môi trường, hủy hoại mọi giá trị văn hóa – di sản, hủy hoại mọi chuẩn mực xã hội... miễn sao có lợi cho chúng.

Thế nên, sẽ chẳng có gì đáng ngạc nhiên, khi bọn chúng, với sự tham tàn không giới hạn của mình, sẽ bắt tay với lũ tham quan ô lại làm nốt công việc hủy hoại cuối cùng để đến một ngày, khi cơn bão tham trọc của chúng đi qua, đất nước chúng ta chỉ còn là một đống hoang tàn đổ nát.

Bây giờ trong các diễn ngôn của nhà nước, kinh tế tư nhân đã được đề cao, nhưng càng đề cao kinh tế tư nhân thì lại càng phải tìm cách loại bỏ, diệt trừ giới tài phiệt, thân hữu.

Những nguồn lực bị chiếm đoạt, những chính sách bị lèo lái theo ý đồ của giới tài phiệt, thân hữu sẽ gia cố thêm sợi dây thòng lọng đang siết vào cổ các doanh nghiệp non trẻ, các doanh nhân muốn làm ăn chân chính.

Những nguồn lực bị chiếm đoạt, những chính sách bị lèo lái cũng chính là liều thuốc độc hữu hiệu hủy diệt từ trứng nước những trái tim ấp ủ khát khao sáng tạo khởi nghiệp.

Tất nhiên, tôi hiểu, vòi bạch tuộc của chúng bây giờ đã len lỏi khắp nơi, tác động rộng khắp đến mọi ngõ ngách của xã hội, diệt trừ, loại bỏ hay chỉ đơn giản là đòi hỏi một thái độ dứt khoát đối với chúng thôi cũng đã là khó rồi.

Nhưng khó không có nghĩa là không thể, và khó mới đáng để nói, đáng để trở thành vấn đề cần được đặt ra, đúng không?

Là do chúng ta chưa trưởng thành vậy

***

Hong Kong. Ngày 12 tháng 6 năm 2019. Chính quyền Đặc khu hành chính Hong Kong đã phải quyết định hoãn buổi thảo luận về dự luật dẫn độ, vốn dự kiến bắt đầu lúc 11 giờ.

Chỉ một vài nghị sĩ xuất hiện tại phòng họp ngay trước giờ cuộc tranh luận khi đám đông biểu tình hàng nghìn người đã vây kín tòa nhà.

Trước đó, ngày thứ hai, 11 tháng 6, 5.000 cảnh sát Hong Kong, tức 1/6 quân số toàn lực lượng đã được huy động để đối phó với đám đông biểu tình phản đối luật dự luật dẫn độ. Con số người biểu tình có lúc được ước tính lên tới 1 triệu người, tương đương 1/7 dân số Hong Kong.

Dự luật dẫn độ nếu được thông qua sẽ cho phép dẫn độ nghi phạm sang các quốc gia và vùng lãnh thổ chưa ký hiệp ước dẫn độ với Hong Kong, bao gồm Trung Quốc, để xét xử.

Người biểu tình Hong Kong không tin tưởng vào sự công minh của hệ thống luật pháp Trung Quốc đại lục. Họ cho rằng, luật dẫn độ nếu được thông qua có thể bị lợi dụng cho các mưu đồ chính trị và làm xói mòn các quyền tự do căn bản của người dân Hong Kong.

Người biểu tình đã tạm thắng khi chính quyền đã phải tạm hoãn buổi tranh luận về dự luật. Nhưng chắc chắn họ đủ tỉnh táo để biết rằng, đây có thể chỉ là kế hoãn binh của giới chức Đặc khu.

Hong Kong chính thức được người Anh trao trả lại cho Trung Quốc đại lục năm 1997.

Sau 156 năm nằm dưới sự bảo hộ của người Anh, có lẽ di sản lớn nhất người dân Hong Kong bây giờ còn giữ được đó là sự trưởng thành trong nhận thức về quyền.

Đây không phải là lần đầu tiên kể từ sau năm 1997, hàng trăm nghìn người Hong Kong, trong đó đa số là những người trẻ, tuổi mười tám đôi mươi, xuống đường cất lên tiếng nói bảo vệ quyền tự do của mình, và chắc chắn cũng không phải là lần cuối cùng.

Điều gì đã thôi thúc những con người ở một khu vực kinh tế – tài chính giàu có và bận rộn bậc nhất thế giới bỏ tất cả công việc mưu sinh để xuống đường biểu tình phản đối một dự luật thoạt nghe có vẻ xa vời và mơ hồ như dự luật dẫn độ?

Điều gì đã hun đúc lên ý chí của những con người bé nhỏ để họ đứng lên đối đầu một thế lực hùng hậu, quy mô gần 1,4 tỷ dân, tưởng như có thể đè bẹp mọi chướng ngại trên con đường nó đi?

Điều gì đã khiến họ không sờn lòng, thối chí mà tặc lưỡi bảo nhau, như ở chính nước chúng ta đây, kiểu "không ích gì đâu", "hoài công tốn sức cả thôi", "lo cho nhà mày đi"...?

Hegel nói rằng có thể xem lịch sử thế giới là lịch sử ý thức tự do.

Mượn ý của Hegel, ta có thể nói rằng, có thể xem sự trưởng thành của mỗi quốc gia dân tộc được đo bằng sự trưởng thành của người dân trong nhận thức về quyền.

Thật khó để gọi Hong Kong bây giờ là quốc gia dân tộc theo nghĩa đầy đủ, nhưng những cư dân của nó, hơn 7 triệu người Hong Kong, họ là cộng đồng trưởng thành.

"Tất cả mọi người sinh ra đều tự do và bình đẳng về phẩm giá và quyền"/ "All human beings are born free and equal in dignity and rights". (Điều thứ nhất trong Tuyên ngôn Phổ quát về Quyền con người).

Quyền lực nhà nước bắt nguồn từ quyền tự nhiên vốn có từ khi sinh ra của mỗi người dân và tất cả người dân. Vì thế, quyền nhân dân là tối thượng, nhà nước chỉ là đại diện để thực thi quyền lực mà nhân dân giao phó cho, dù nhiều khi nhà nước có tiếm đoạt quyền này thì bản chất quyền nhân dân tối thượng là không thay đổi.

Đó là cơ sở để 1/7 dân số Hong Kong xuống đường đòi hỏi chính quyền phải dừng lại ngay lập tức, bất cứ hành động hay kế hoạch nào có thể làm tổn hại đến quyền tự do chính đáng của họ.

Tất nhiên, không chỉ người dân Hong Kong, tất cả mọi người dân ở bất cứ nơi đâu, bất cứ quốc gia nào trên thế giới này đều đương nhiên có quyền như vậy.

Thế nhưng tại sao vẫn có những nơi như ở đất nước chúng ta đây khi hàng loạt những quyền tự nhiên căn bản bị xâm phạm một cách trắng trợn mà người dân vẫn dửng dưng, thờ ơ, không mảy may động tâm suy nghĩ?

Là do chúng ta chưa trưởng thành vậy.

Làm trẻ con tất nhiên lúc nào cũng thích. Thỉnh thoảng có bị cha mẹ trách mắng đánh đòn, sự buồn vui chắc cũng thoảng qua thôi. Chỉ cần treo vài tấm ảnh lên là yên tâm chẳng cần lo tương lai, số mệnh. Có ông thần ông thánh trong tấm ảnh lo liệu hết cả rồi. Có phải vậy không?

Hãy nhớ: "Tất cả mọi người sinh ra đều tự do và bình đẳng về phẩm giá và quyền".

Bất cứ ai, vì bất cứ lý do gì, nếu dửng dưng chấp nhận bị tước đoạt đi những quyền tự nhiên căn bản nhất của con người, thì người đó không chỉ đã chấp nhận chui đầu vào cái rọ nô lệ, mà đúng ra họ còn đang tự sỉ nhục phẩm giá con người của mình.

Ngũ kinh khai sáng

***

Ngày 17 tháng 6 năm 2019, Joshua Wong, 22 tuổi, một trong những thủ lĩnh của phong trào biểu tình của học sinh, sinh viên tại Hong Kong năm 2014 được trả tự do sau một tháng bị giam giữ.

Nhưng trong khi Joshua đang bị giam tại trại cải huấn Lai Chi Kok, thì hàng triệu đồng bào của anh đã liên tục xuống đường những ngày qua, tạo ra một cuộc biểu tình ôn hòa, chưa có thông kê chính thức nhưng có lẽ có quy mô thuộc hạng lớn nhất trong lịch sử nhân loại.

Và điều đặc biệt ở cuộc biểu tình này là người ta không thấy những người gọi là "khởi xướng", "tổ chức" hay "lãnh đạo"...

Tôi tin rằng, những người Hong Kong, trong khi họ vô cùng trân trọng và cảm kích những thủ lĩnh, những người tiên phong như Joshua Wong, thì họ vẫn không quên, không thoái thác việc phải tự gánh lấy bổn phận của mình. Đó là tự bản thân mỗi người họ, phải tự đứng lên và tự cất tiếng nói để tự bảo vệ quyền tự do chính đáng của chính mình, và của con cháu mình.

Những người Hong Kong hôm nay, tôi tin rằng, họ đã làm được điều mà tổng thống Ukraina Volodymyr Zelensky đã kêu gọi trong diễn văn nhậm chức, rằng "hãy treo ảnh chân dung con cái các bạn, chứ không phải bất cứ lãnh tụ, hay vĩ nhân nào trong phòng làm việc".

Tôi tin rằng, những người Hong Kong đang xuống đường biểu tình, họ hiểu rõ rằng, chính họ là người đã sinh ra và sẽ sinh ra những đứa con của họ chứ không phải vị lãnh tụ hay vĩ nhân nào, vì thế chính họ chứ không phải ai khác phải có trách nhiệm với con cháu họ.

Trách nhiệm với con cái, họ hiểu không chỉ gói gọn ở việc nuôi dưỡng, giáo dục. Để làm tròn bổn phận, trách nhiệm với con cái, họ hiểu rằng họ còn phải có trách nhiệm kiến tạo nên một môi trường xã hội tự do – lành mạnh, là đất sống tươi tốt cho các thế hệ tương lai.

Và tự họ, tự mỗi người Hong Kong, họ hiểu rằng, họ phải có bổn phận gánh vác việc kiến tạo này, họ không thể chờ đợi hay thoái thác cho bất cứ một ai khác.

"Khi bạn vừa manh nha ý định thoái thác công việc đáng ra là của bạn, cho bất cứ một ai khác, thì bạn phải hiểu ngay lập tức rằng, bạn đã tự chui đầu vào cái rọ nô lệ cho người ta rồi đó".

Lời trên không hoàn toàn của tôi. Những ý tưởng như thế này, tôi đã đọc được đâu đó trong các cuốn sách của các nhà khai sáng thế kỷ 17-18.

Những nguyên tắc, tinh thần căn bản của một nhà nước dân chủ tự do, những nguyên tắc, tinh thần căn bản cần phải có của một người công dân trưởng thành, đã được các nhà khai sáng phương Tây thế kỷ 17-18 mang ra bàn rốt ráo cả rồi.

Là chúng ta chưa chịu học hỏi đấy thôi.

Nói cho công bằng, người dân Hong Kong đã có thuận lợi hơn chúng ta rất nhiều. Với hơn 150 năm sống trong sự bảo hộ của nước Anh, người dân Hong Kong thực sự đã được trải nghiệm trong một trường học hạng nhất về dân chủ tự do.

Còn chúng ta, nếu đồng ý với Étienne Vacherot – triết gia, chính trị gia Pháp thế kỷ 19 – chúng ta có lẽ đã ở trong một "trường học tồi tệ nhất". Étienne Vacherot viết: "Chế độ chuyên quyền là trường học tồi tệ nhất cho nền dân chủ".

Nhưng đó không phải là lý do để ta thoái thác bổn phận làm người, bổn phận trưởng thành, bổn phận phải kiến tạo nên xã hội tự do, lành mạnh cho chính mình và các thế hệ tương lai.

Thế nào là "đứng trên vai những người khổng lồ"? Thế nào là "đi tắt đón đầu"?

Là nghiêm cẩn học hỏi người ta đó.

Người Nhật Bản đã làm việc này từ thế kỷ 19. Người Hàn Quốc, người Đài Loan, và có thể tính cả người Hong Kong nữa đã làm mới đây.

Họ là những người đồng chủng đồng văn với chúng ta, và họ đã làm được.

Vậy đừng nói về khác biệt địa lý, khác biệt chủng tộc nữa. Khác biệt là ở đầu óc ta có chịu cởi mở ra hay không? Khác biệt là ở chỗ ta có chịu dày công nghiêm cẩn mà học hỏi hay không?

Tôi vẫn tin rằng không có cuốn sách nào gọi là nhất định phải đọc, cũng như không có giới hạn nào cho số sách người ta phải đọc trong đời mình, nhưng mấy ngày nay khi tự đặt cho mình câu hỏi: "Nếu chỉ được giữ lại vài cuốn sách và phải bỏ tất cả những cuốn sách đã đọc, mình sẽ chọn những cuốn nào?"

Cuối cùng tôi chọn được năm cuốn mà tôi gọi là "Ngũ kinh khai sáng": *Khảo luận thứ hai về chính quyền* của John Locke; *Bàn về tinh thần pháp luật* của Montesquieu; *Bàn về khế ước xã hội* của Rousseau; *Bàn về tự do* và *Chính thể đại diện* của Stuart Mill.

Những cuốn sách này ra đời cách đây đã 200-300 năm nhưng nó vẫn không hề cũ, vì nó chứa đựng những nguyên tắc, những tinh thần căn bản của mọi nhà nước dân chủ tự do;

những nguyên tắc, tinh thần căn bản cần phải có của bất kỳ người công dân tự do trưởng thành nào.

Người phương Tây, người Nhật Bản, người Hong Kong đã trưởng thành chính từ những cuốn sách như thế này.

Còn chúng ta thì sao?

Tôi tin rằng, nếu một ngày nào đó, trên đất nước chúng ta, không một bạn trẻ nào trước khi rời ghế trường phổ thông mà không biết đến những cuốn sách này, không một người nào đã quá tuổi bốn mươi mà chưa từng đọc hết những cuốn sách này, thì ngày đó chúng ta sẽ không phải nhìn qua Hong Kong, Đài Loan để tìm những Joshua Wong hay Nathan Law nữa, chúng ta sẽ thấy những ánh mắt tự do, những tiếng nói trưởng thành ở ngay trên chính đất nước chúng ta.

Mấy ngày nay, tôi nghe thấy nhiều câu hỏi day dứt: chúng ta phải làm gì đây? Phải làm gì đây?

Phải học. Phải đọc. Trước hết, xin các bậc phụ huynh tìm đọc trước, rồi xin các vị khuyến khích con em mình tìm đọc.

Trước tiên, chúng ta phải gỡ bỏ được những rào cản tư tưởng, phải học cho kỳ được những tư tưởng, những cách suy nghĩ đúng đắn, sau đó ta sẽ biết ta phải làm gì.

Chúng ta đã và đang phải sống trong "một trường học tồi tệ", nhưng chúng ta có sách vở, chúng ta có ý chí, không lý gì bó tay chịu trói, đúng không?

About the Author

Nhà thơSinh năm 1983, tại Bắc Ninh.Đã xuất bản:- Những số không, thơ, 2013 (2017, eBook trên smashwords).- Khúc ca trên núi, thơ, 2017, eBook trên smashwords.- Một mùa rực rỡ, thơ, 2018, eBook trên smashwords.- Từ điển Triết học Habermas - Andrew Edgar, sách dịch, 2018, NXB Khoa học Xã hội- Lữ khách trần gian, thơ, 2019, eBook trên smashwords.- Một con đường cải tổ, tiểu luận, 2013 (2019, eBook trên smashwords)- Chính luận - 2019, văn xuôi, 2019, eBook trên smashwords, Paperback trên Lulu.com & Amazon.com, NXB Lotus Media

Read more at buucablog.wordpress.com.

www.ingramcontent.com/pod-product-compliance
Lightning Source LLC
LaVergne TN
LVHW060302051026
849517LV00003B/915